தமிழ் நாகரிகம்

வற்றாத நதி

TAMIL CIVILIZATION

The Unfading River

இலக்கியம் · கல்வெட்டுகள் · தொல்லியல் · வாழும் மரபு

LITERATURE · INSCRIPTIONS · ARCHAEOLOGY · A LIVING TRADITION

பெருமாள் புகழேந்தி, **Ph.D**

PERUMAL PUGAZHENDHI, Ph.D

தமிழ் நாகரிகம்

வற்றாத நதி

TAMIL CIVILIZATION

THE UNFADING RIVER

ஆதாரம் சார்ந்த, நடுநிலையான ஒரு பண்பாட்டு வரலாற்றுப் பயணம்

பெருமாள் புகழேந்தி, Ph.D

Perumal Pugazhendhi, Ph.D

Second Edition

June 2026

வற்றாத நதி

பயணப் பாதை · பொருளடக்கம்

ஒவ்வொரு அத்தியாயமும் நதியின் ஒரு வளைவு — ஒன்றின் இறுதியில் எழும் கேள்வியே அடுத்ததைத் தொடங்குகிறது.

ஒரு மொழி. பதினைந்து வளைவுகள். ஒரு வற்றாத நதி.

அர்ப்பணம்

என் அன்பான பெற்றோரின் நினைவிற்கும், எல்லாக் காலத்திலும் எனக்குத் துணைநின்ற என் குடும்பத்திற்கும் — இந்நூலை அன்புடன் அர்ப்பணிக்கிறேன்.

❖ நடுநிலை அறிவிப்பு

சுருக்கமாக *மொழியும் அதன் வரலாற்றுத் தொடர்ச்சியும் இந்நூலின் மையம் — எந்த ஒரு சமயமோ அரசியலோ அல்ல. ஒப்பீடு உண்டு; எந்த நாகரிகத்தையும் இகழும் நோக்கம் இல்லை.*

இந்நூல், ஒரு மொழியையும், அம்மொழி காலத்தின் வழியே எவ்வாறு இடைவிடாமல் தொடர்ந்தது என்பதையும், ஆதாரத்தின் அடிப்படையில் ஆராயும் பண்பாட்டு–வரலாற்று நூல். இது எந்த ஒரு சமயத்தையோ, அரசியல் கொள்கையையோ, இனக் குழுவையோ முன்னிறுத்தவோ, தாழ்த்தவோ, எதிர்க்கவோ எழுதப்படவில்லை.

இந்நூலின் கவனம் முழுவதும் தமிழ் மொழியின் வரலாற்றுத் தொடர்ச்சி, இலக்கியம், வாணிபம், நிர்வாகக் கட்டமைப்பு, அறிவுப் பரம்பல் ஆகியவற்றின் மீது மட்டுமே. சமய நம்பிக்கைகள், வழிபாட்டு மரபுகள் தொடர்பான விவாதங்கள் இந்நூலின் நோக்கம் அல்ல; எனவே அவை இங்கு ஆராயப்படவில்லை.

ஒப்பீடுகள் செய்யும்போதும், மற்ற நாகரிகங்களைக் குறைத்து மதிப்பிடும் நோக்கம் இல்லை. ஒவ்வொரு பழம் பண்பாட்டிற்கும் அதன் தனிப் பெருமை உண்டு. இங்குப் பயன்படுத்தப்படும் அளவுகோல்கள் அனைத்து நாகரிகங்களுக்கும் ஒரே சீராகப் பொருந்தும் வகையில் அமைக்கப்பட்டுள்ளன.

இந்நூலின் நிலைப்பாடு

— ஆதாரம் முதன்மை; உணர்ச்சி அல்ல.

— மொழியும் தொடர்ச்சியும் மையம்; சமயமோ அரசியலோ அல்ல.

— ஒப்பீடு உண்டு; இகழ்ச்சி இல்லை.

❖ மறுப்பு அறிவிப்பு

சுருக்கமாக *ஏற்கனவே வெளியான சான்றுகளை அடிப்படையாகக் கொண்டு பொதுவாசகர்களுக்காகத் தொகுக்கப்பட்ட கல்வி நூல். படங்களும் அட்டவணைகளும் கருத்துகளை விளக்கும் வடிவமைப்புகளே; மேலதிக விவரங்களுக்கு நூலிறுதி மூல நூல்களைக் காண்க.*

இந்நூல், ஏற்கனவே வெளியான வரலாற்றுச் சான்றுகள், அறிஞர்களின் நிலையான ஆய்வு நூல்கள், பொதுவில் கிடைக்கும் ஆய்வுத் தகவல்கள் ஆகியவற்றை அடிப்படையாகக் கொண்டு, பொதுவாசகர்களுக்காகத் தொகுக்கப்பட்ட கல்வி நூல். இது புதிய மூல ஆய்வாகவோ, பரிசீலனை செய்யப்பட்ட ஆய்வேடாகவோ முன்வைக்கப்படவில்லை.

இந்நூலில் உள்ள படங்கள் (figures) மற்றும் அட்டவணைகள் (tables) அனைத்தும், கருத்துகளைத் தெளிவாக விளக்கும் நோக்கில் ஆசிரியரால் வடிவமைக்கப்பட்ட விளக்கப் படங்களும் தொகுப்புகளும் ஆகும். இவை தொல்லியல் சான்றுகளோ, அளவுக்குச் சரியான வரைபடங்களோ அல்ல; புரிதலுக்கான கருவிகள் மட்டுமே.

மேற்கோளிடப்பட்ட ஆதாரங்களுக்கு அப்பால் இந்நூலை “இறுதி அதிகாரப்பூர்வச் சான்று” எனக் கருதவேண்டாம். மேலும் ஆழ்ந்த விவரங்களுக்கு, நூலின் இறுதியில் தரப்பட்டுள்ள மூல நூல்களை வாசிக்குமாறு கேட்டுக்கொள்கிறேன்.

முன்னுரை

"

யாதும் ஊரே, யாவரும் கேளிர்.

— கணியன் பூங்குன்றனார் · புறநானூறு

ஒருகாலத்தில், "தமிழ் மிகப் பழமையானது" என்று சொல்வதே போதும் என்று நான் நினைத்தேன். பழமை ஒரு பெருமை; ஆனால் பெருமை மட்டும் ஒரு கூரிய கேள்விக்கு முன் நிற்க முடியாது.

அந்தக் கேள்வி இதுதான்: ஒரு நாகரிகத்தைப் "பழமையானது" என்பதற்கும், "இன்றும் உயிரோடு இருக்கிறது" என்பதற்கும் இடையே பெரிய வேறுபாடு உண்டு. உலகில் பல பழம் நாகரிகங்கள் தோன்றின; பெரிய நகரங்களையும் நினைவுச்சின்னங்களையும் கட்டின. ஆனால் அவற்றுள் பல, தங்கள் மொழியையும் வாழ்க்கையையும் இடைவிடாமல் தொடரவில்லை. அவை வரலாறு ஆயின; உயிரோட்டம் அல்ல.

தமிழ் வேறுபடுகிறது. அதற்கு இரண்டாயிரம் ஆண்டுகளுக்கும் மேலான எழுத்துச் சான்றுகள் உள்ளன; இன்றும் கோடிக்கணக்கானோர் பேசும் உயிருள்ள மொழியாக அது தொடர்கிறது; அதன் இலக்கியப் பரம்பல் ஒருபோதும் முற்றிலும் துண்டிக்கப்படவில்லை. இந்த இடைவிடாத் தொடர்ச்சியே இந்நூலின் மையக் கருத்து.

இந்நூலில் நான் உணர்ச்சியைத் தாண்டி, ஆதாரத்தை நோக்கிச் செல்கிறேன். மொழி, இலக்கியம், வாணிபம், நிர்வாகம், அறிவுப் பரம்பல் — இந்த ஐந்து வழிகளில் தமிழின் தொடர்ச்சியைப் பின்தொடர்கிறேன். ஒவ்வொரு அத்தியாயமும் ஒரு நதியின் வளைவு; ஒவ்வொன்றும் புதிய சான்று; இறுதியில் கேள்வியே தானாகப் பதிலாகும்.

இந்நூலை ஒரு கதையாகவும், ஓர் ஆய்வுப் பயணமாகவும் வடிவமைத்துள்ளேன். அறிவன் என்னும் இளம் ஆய்வாளனும், அவனது ஆசிரியர் பேராசிரியர் வாசனும் காவிரிக் கரையில் தொடங்கும் உரையாடல், படிப்படியாக ஆதாரங்களை அடுக்கி, இறுதியில் தெளிவான முடிவை அடைகிறது. நீங்களும் அந்தப் பயணத்தில் உடன்வரவேண்டும் என்பதே என் விருப்பம்.

தமிழ் உலகை வென்றதால் உலக நாகரிகம் அல்ல; காலத்தின் வழியே, முறியாமல், தொடர்ந்ததால் உலக நாகரிகம். காவிரி சில காலம் வெள்ளமாகவும், சில காலம் மெலிந்தும் ஓடலாம் — ஆனால் அது மறைவதில்லை. தமிழும் அப்படியே.

இந்நூலை எவ்வாறு படிப்பது

இந்நூல் ஒரு நதிப் பயணம். ஒவ்வொரு அத்தியாயமும் ஒரு வளைவு; முந்தைய வளைவின் இறுதியில் எழும் கேள்வியே அடுத்த வளைவைத் தொடங்குகிறது. அந்தப் பயணத்தில் நீங்களும் உடன்வர, ஒவ்வொரு அத்தியாயமும் ஐந்து படிகளில் அமைந்துள்ளது:

ஒவ்வொரு அத்தியாயமும் இப்படி அமைகிறது

ஒரு கேள்வி
ஒவ்வொரு அத்தியாயமும் அறிவன் மனத்தில் எழும் ஒரு எளிய கேள்வியோடு தொடங்குகிறது — உங்கள் மனத்திலும் எழக்கூடிய கேள்வி.

உரையாடல்
அறிவனும் பேராசிரியர் வாசனும் காவிரிக் கரையில் உரையாடி, சான்றுகளை ஒவ்வொன்றாக அடுக்குகின்றனர்.

படமும் அட்டவணையும்
முக்கியக் கருத்துகள் வண்ணப் படங்களாகவும் அட்டவணைகளாகவும் கண்முன் காட்சிப்படுத்தப்படுகின்றன.

சாரம்
அத்தியாயத்தின் மையக் கருத்துகள் சில வரிகளில் சுருக்கித் தரப்படுகின்றன — விரைவில் நினைவுகூர.

அடுத்த வளைவு
ஒவ்வொரு முடிவும் அடுத்த அத்தியாயத்தின் கேள்வியை முன்னறிவித்து, பயணத்தைத் தொடரவைக்கிறது.

படிக்க, சில எளிய குறிப்புகள்

— அத்தியாயங்களை வரிசையாகப் படியுங்கள் — ஒவ்வொன்றும் முந்தையதன் கேள்விக்குப் பதில்.

— கதையோட்டத்துடன் சேர்ந்து படங்களையும் அட்டவணைகளையும் பாருங்கள்.

— அறிவனுடன் சேர்ந்து கேளுங்கள்; சேர்ந்து சிந்தியுங்கள்.

ஆசிரியர் குறிப்பு

டாக்டர் பெருமாள் புகழேந்தி (Ph.D.) நாற்பது ஆண்டுகளுக்கும் மேலான அனுபவம் கொண்ட மூத்த ஆற்றல் மற்றும் பொருட்கள் அறிவியலாளர் (Senior Energy and Materials Scientist). புதுப்பிக்கத்தக்க ஆற்றல், மேம்பட்ட பொருட்கள், மின்வேதியியல், நானோ தொழில்நுட்பம் மற்றும் தொழில்துறை பயன்பாடுகள் ஆகிய துறைகளில் விரிவான ஆய்வு மற்றும் மேம்பாட்டு பணிகளை மேற்கொண்டுள்ளார்.

நாசா (NASA), அமெரிக்க ஆற்றல் துறை (U.S. Department of Energy), அமெரிக்கப் பாதுகாப்புத் துறை (U.S. Department of Defense), அமெரிக்க விமானப்படை மற்றும் பல்வேறு சர்வதேச ஆராய்ச்சி நிறுவனங்களின் ஆதரவுத் திட்டங்களில் முதன்மை ஆய்வாளராகப் பணியாற்றியுள்ளார். பல காப்புரிமைகள் பெற்றுள்ளதுடன், ஐம்பதுக்கும் மேற்பட்ட ஆய்வுக் கட்டுரைகளை சர்வதேச அறிவியல் இதழ்களில் வெளியிட்டுள்ளார்.

இலக்கியமும் வரலாறும் அவரது முதன்மைத் துறைகள் அல்ல. இருப்பினும், அறிவியல் ஆராய்ச்சி அவருக்கு ஒரு முக்கியமான பழக்கத்தை உருவாக்கியது—ஒரே ஆதாரத்தை மட்டுமே நம்பாமல், பல்வேறு ஆதாரங்களை ஒப்பிட்டு, அவற்றின் இடையேயான தொடர்புகளை ஆராய்ந்து, விமர்சனப் பார்வையுடன் முடிவுகளை உருவாக்குவது.

கீழடி அகழாய்வுகளுக்குப் பிறகு தமிழரின் தொன்மை குறித்து உலகம் முழுவதும் எழுந்த புதிய ஆர்வம், ஆசிரியரையும் தமிழின் வரலாற்றை ஆழமாகப் படிக்கத் தூண்டியது. அந்தப் பயணத்தில், *தொல்காப்பியம்* விவரிக்கும் சமூக அமைப்பும், *சிலப்பதிகாரம்* சித்தரிக்கும் நகர வாழ்க்கையும், சங்க இலக்கியங்கள் பதிவு செய்யும் பொருளாதாரமும் பண்பாடும், சமீபத்திய தொல்லியல் கண்டுபிடிப்புகளுடன் பல இடங்களில் குறிப்பிடத்தக்க ஒற்றுமையைக் கொண்டிருப்பதை அவர் கவனித்தார்.

அந்தக் கவனிப்பே இந்நூலின் அடிப்படை எண்ணமாக வளர்ந்தது.

இந்த நூல் எந்த ஒரு கருத்தையும் நிரூபிக்க முனையும் முயற்சியல்ல; மாறாக, இலக்கியம், தொல்லியல், கல்வெட்டியல், மொழியியல் மற்றும்

வரலாற்று ஆய்வுகளை ஒன்றோடொன்று தொடர்புபடுத்திப் புரிந்துகொள்ளும் ஒரு அறிவியல் முயற்சியாகும்.

தமிழை ஒரு பிராந்திய மொழியாக மட்டுமல்லாமல், ஆயிரக்கணக்கான ஆண்டுகளாகத் தொடர்ச்சியாக வளர்ந்து வரும் உலகின் சிறந்த நாகரிக மரபுகளில் ஒன்றாக ஆதாரங்களின் வெளிச்சத்தில் புரிந்துகொள்ளும் முயற்சியே இந்நூல்.

. — **பெருமாள் புகழேந்தி**

நன்றியுரை

இந்த நூல் ஒரே ஒருவரின் முயற்சியின் விளைவு அல்ல. பல தலைமுறைகளாக தமிழை ஆராய்ந்து வந்த தொல்லியலாளர்கள், வரலாற்றாசிரியர்கள், மொழியியலாளர்கள், கல்வெட்டியல் அறிஞர்கள், இலக்கிய ஆய்வாளர்கள், நூல் பதிப்பாசிரியர்கள் ஆகியோரின் ஆயுள் முழுவதுமான உழைப்பின் மீது இந்நூல் கட்டமைக்கப்பட்டுள்ளது.

கீழடி, ஆதிச்சநல்லூர், கொடுமணல், அரிக்கமேடு, பூம்புகார் போன்ற இடங்களில் மேற்கொள்ளப்பட்ட அகழாய்வுகள் தமிழரின் தொன்மையை உலகிற்கு புதிய கோணத்தில் அறிமுகப்படுத்தியுள்ளன. அவற்றில் பங்கேற்ற அனைத்து ஆய்வாளர்களுக்கும் இந்நூல் தனது மரியாதையைத் தெரிவித்துக்கொள்கிறது.

சங்க இலக்கியங்களையும் பழமையான தமிழ்நூல்களையும் பாதுகாத்து அச்சில் வெளியிட்ட முன்னோடி அறிஞர்கள் அர்ப்பணிப்பில்லையெனில், இன்றைய தலைமுறை அந்தச் செல்வங்களை அறியும் வாய்ப்பே இல்லாமல் போயிருக்கும்.

தமிழின் இலக்கணம், மொழியியல், கல்வெட்டியல், வரலாறு ஆகிய துறைகளில் பங்களித்த இந்திய மற்றும் உலகளாவிய ஆய்வாளர்களின் அறிவுப் பங்களிப்புகளுக்கும் ஆசிரியர் நன்றியைத் தெரிவிக்கிறார்.

மேலும், நூலகங்கள், அருங்காட்சியகங்கள், பல்கலைக்கழகங்கள், ஆராய்ச்சி நிறுவனங்கள் மற்றும் திறந்த அணுகல் மின்னணு காப்பகங்கள் ஆகியவை வழங்கிய தகவல் வளங்களும் இந்நூலின் உருவாக்கத்தில் முக்கிய பங்காற்றியுள்ளன.

அறிவைத் தேடும் வாசகர்களே எந்த நூலின் உண்மையான பலமும் ஆவார்கள். தமிழைப் பற்றிய ஆர்வம் கொண்ட ஒவ்வொரு வாசகருக்கும் இந்நூல் அன்புடன் சமர்ப்பிக்கப்படுகிறது.

அத்தியாயம் 1

நதிக்கரையில் ஒரு கேள்வி

தொடர்ச்சியே நாகரிகத்தின் உண்மையான அளவுகோல்

அத்தியாயம் 1 — நதிக்கரையில் ஒரு கேள்வி

காவிரி மெதுவாக ஓடிக்கொண்டிருந்தது. மேலே எங்கோ, நீர் ஒரு பாறையில் மோதி இரண்டு சிற்றோடைகளாகப் பிரிந்து, சற்றுத் தொலைவில் மீண்டும் ஒன்றாயிற்று. அறிவன் அந்தப் பிரிவை ஒரு எச்சரிக்கையாகப் பார்த்தான் — ஒரு நாகரிகமும் இப்படிப் பிரியலாம்; ஆனால் எல்லாமே மீண்டும் ஒன்றுசேர்வதில்லை.

அவன் கையில் முதிர்ந்த ஓலைச்சுவடி ஒன்று இருந்தது. ஓலை நொறுங்கும் அளவுக்குப் பழையது; ஆயினும் எழுத்துகள் இன்னும் தெளிவாக நின்றன. ஒரு ஓரத்தில் ஒரு புழு சிறிய பாதையைத் தின்றிருந்தது — காலமே ஒரு வாக்கியத்தை அழிக்க முயன்று தோற்றதுபோல. அறிவன் தேடியது பெருமையை அல்ல; ஆதாரத்தை.

அவனருகே, பேராசிரியர் வாசன் அமைதியாக அமர்ந்திருந்தார். வயது முதிர்ந்திருந்தாலும், அவரது சிந்தனை நதிநீர் போல் தெளிவாக இருந்தது.

அறிவன்: "ஆசிரியரே, எகிப்து, மெசொப்பொத்தேமியா, ரோம் — பல பழம் நாகரிகங்கள் உலகில் இருந்தன. தமிழும் அவை போலப் பழமையானது என்கிறோம். ஆனால் சிலர் தமிழை 'உலக நாகரிகம்' என்கிறார்கள்; சிலர் அதை 'பிராந்தியப் பெருமை' என ஒதுக்குகிறார்கள். ஏன் இந்த வேறுபாடு?"

ஆசிரியர் உடனே பதில் சொல்லவில்லை. கீழே குனிந்து நதிநீரைத் தொட்டார்.

வாசன்: "இந்த நதியைப் பார். வெள்ளம் வந்தது; வறட்சி வந்தது; அரசுகள் மாறின. ஆனால் நதி தொடர்ந்தது. ஒரு நாகரிகம் எவ்வளவு பெரியது என்பது முக்கியமல்ல, மகனே — அது எவ்வளவு காலம் முறியாமல் தொடர்ந்தது என்பதே முக்கியம்."

அறிவன் சிந்தித்தான். "தொடர்ச்சி மட்டும் போதுமா?" என்று கேட்டான்.

வாசன்: "தொடர்ச்சி மட்டும் அல்ல — அடையாளத்துடன் கூடிய தொடர்ச்சி." பின்னர் அவர் மெதுவாக ஒரு பழைய வரியை உரைத்தார்:

> *"யாதும் ஊரே, யாவரும் கேளிர்."*

அந்த வரி காற்றில் சில நொடிகள் நின்றது. "இது இரண்டாயிரம் ஆண்டுகளுக்கு முன் எழுதப்பட்டது," என்றார் ஆசிரியர். "ஆனால் இன்றும்

மனிதர்களின் பொதுவான மதிப்புகளைப் பேசுகிறது. அந்தப் பழைய மொழிகள் பல இன்று பேசப்படுவதில்லை; அவற்றின் அன்றாட வாழ்க்கையும் தொடரவில்லை. தமிழோ இன்றும் பேசப்படுகிறது, படிக்கப்படுகிறது, சிந்திக்கப்படுகிறது."

பெருமை அல்ல, அளவுகோல்

ஒரு கூற்று மீண்டும் மீண்டும் சொல்லப்படுவதால் அது ஆதாரம் ஆகாது. ஆதாரத்துடன் கட்டமைக்கப்பட்ட கூற்றே வாதம். எனவே "தமிழ் ஒரு உலக நாகரிகம்" என்று சொல்ல வேண்டுமானால், அதை அளக்கக்கூடிய அளவுகோல்கள் வேண்டும் — அனைத்து நாகரிகங்களுக்கும் ஒரே சீராகப் பொருந்தும் அளவுகோல்கள். அந்த அளவுகோல்களையே இந்நூல் ஒவ்வொன்றாகச் சோதிக்கிறது.

அட்டவணை 1.1

இந்நூல் தேடும் ஆதாரம்

ஆதாரமே வரலாற்றின் அடித்தளம்

01 மிகப் பழமையானது

எழுத்தில் பதிந்த, காலந்தீர்மானிக்கக்கூடிய சான்றுகள்

02 உயிருள்ள மொழி

இன்றும் வீட்டிலும் சமூகத்திலும் பேசப்படுதல்

03 இடைவிடாத் தொடர்ச்சி

துண்டிக்கப்படாத இலக்கிய–அறிவுப் பரம்பல்

04 ஒழுங்கான சமூகம்

நிர்வாகம், வாணிபம் பற்றிய பதிவுகள்

05 உலகத் தொடர்பு

தாயகத்தைத் தாண்டிய பரவலும் தாக்கமும்

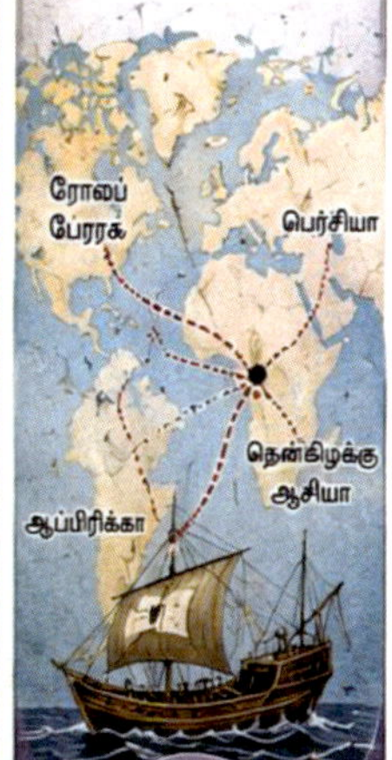

பெருமை அல்ல — இந்த ஐந்து வகை ஆதாரங்களே இந்நூலின் வழிகாட்டிகள்.

ஆதாரம் → அறிதல் → புரிதல் → வரலாறு

“இந்த அளவுகோல்களை ஒவ்வொன்றாக ஆராய்வோம்,” என்றார் ஆசிரியர். “ஆனால் முதலில், எந்த நாகரிகத்தின் அடித்தளமும் எதில் இருக்கிறது என்று யோசி.”

அறிவன்: “மொழியில்?”

வாசன்: “மொழியில். ஒரு சமூகம் தன் மொழிக்கு ஒழுங்கு வகுத்துக்கொண்ட நாள் — அது தன்னைத் தானே சிந்திக்கப் பயிற்றுவித்த நாள். அதையே நாளை பார்க்கப் போகிறோம்.”

படம் 1.1: தொன்மை மட்டும் VS. தொடர்ச்சி

இந்த அத்தியாயத்தின் சாரம்

— ஒரு நாகரிகத்தின் மதிப்பு அதன் அளவில் அல்ல, தொடர்ச்சியில்.

— தொடர்ச்சி என்பது அடையாளத்துடன் கூடிய தொடர்ச்சி.

— ஆதாரம் ஐந்து வழிகளில் தேடப்படும்: மொழி, இலக்கியம், வாணிபம், நிர்வாகம், அறிவுப் பரம்பல்.

> **அடுத்த வளைவு** *தொடர்ச்சியின் அடித்தளம் மொழி எனில் — அந்த மொழிக்கு ஒழுங்கு வகுத்த முதல் நூல் எது? தொல்காப்பியத்தை நோக்கி.*

அத்தியாயம் 2

தொல்காப்பியம்

மொழியின் கட்டிடக்கலை

இலக்கணம் – மொழியின் முதிர்ச்சியின் சான்று

அத்தியாயம் 2 — தொல்காப்பியம்: மொழியின் கட்டிடக்கலை

முந்தைய மாலையின் கேள்வி அறிவன் மனத்தில் இன்னும் ஒலித்தது — தொடர்ச்சியின் அடித்தளம் என்ன? அடுத்த நாள் காலை, பழைய ஓலைச்சுவடிகள் பாதுகாக்கப்பட்ட ஒரு நூலகத்துக்கு அவன் ஆசிரியருடன் சென்றான்.

காற்றில் உலர்ந்த ஓலையின் மணம். அடுக்கப்பட்ட சுவடிகளில் நூற்றாண்டுகளின் மூச்சு. "மெதுவாகத் திற; சில பக்கங்கள் பழைய வாக்குறுதிபோல் உடைந்து போகும்," என்றார் பராமரிப்பாளர். பேராசிரியர் ஒரு சுவடியை மெதுவாக எடுத்தார். "இது தொல்காப்பியம்," என்றார். "வெறும் இலக்கண நூல் அல்ல — ஒரு சமூகம் தன்னைத் தானே சிந்திக்கப் பயிற்றுவித்த விதத்தின் வரைபடம்."

காலமும் முதன்மையும்

தொல்காப்பியத்தை அறிஞர்கள் பொதுவாகக் கி.மு. மூன்றாம் நூற்றாண்டு முதல் கி.மு. முதல் நூற்றாண்டு வரையிலான காலத்திற்கு உரியதாகக் கருதுகின்றனர்; சிலர் இன்னும் பழமையானதாகவும் வைக்கின்றனர். இன்று உலகில் உயிரோடு இருக்கும் மிகப் பழமையான இலக்கண மரபுகளில் இதுவும் ஒன்று.

ஒரு மொழிக்கு இலக்கணம் எழுதப்படுவது, அந்த மொழி ஏற்கனவே முதிர்ந்து, இலக்கியம் படைக்கும் அளவுக்கு வளர்ந்திருந்ததற்கான சான்று. இலக்கணம் என்பது மொழியின் தொடக்கம் அல்ல; அதன் முதிர்ச்சியின் அறிகுறி.

அட்டவணை 2.1

தொல்காப்பியத்தின் மூன்று அதிகாரங்கள்

அதிகாரம்		எதை வகுக்கிறது	
1 எழுத்து		ஒலிகள், எழுத்துகள், அவற்றின் சேர்க்கை விதிகள்	
2 சொல்		சொற்களின் வகை, பொருள், இலக்கண அமைப்பு	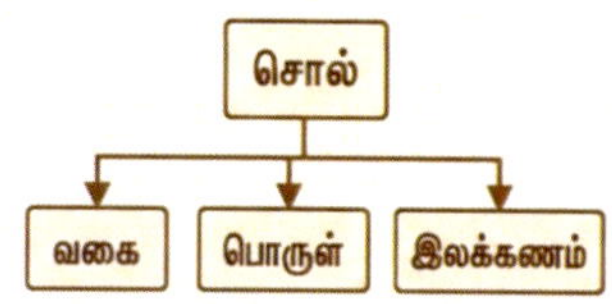
3 பொருள்		மனித வாழ்க்கை, உணர்வு, ஒழுக்கம் — அகமும் புறமும்	

▶ **ஒலி முதல் வாழ்க்கை வரை —**
மொழியை மட்டுமல்ல, வாழ்க்கையையும் வகுத்த நூல்.

அகமும் புறமும்

தொல்காப்பியத்தின் மிக ஆழமான பகுதி பொருளதிகாரம். அது மனித வாழ்க்கையை இரண்டாக வகுக்கிறது — அகம், புறம். அகம் உள்ளுணர்வின் உலகம்: காதல், பிரிவு, மனநிலை. புறம் வெளி உலகம்: போர், புகழ், கொடை, அரசியல்.

அறிவன் அரசர்களையும் ஆயுதங்களையும் எதிர்பார்த்தான். ஆனால் ஒரு நாகரிகம் தன் வகைப்பாட்டை மனித இதயத்திலிருந்து தொடங்கியது அவனை வியக்கவைத்தது.

அறிவன்: “இது வெறும் கவிதை வகைப்பாடா?”

வாசன்: “இல்லை. மனித வாழ்க்கையை முழுமையாகப் புரிந்துகொள்ளும் முயற்சி. வெளி வாழ்க்கையை மட்டும் பதிவு செய்யும் சமூகம், தன்னைப் பாதியளவே அறிகிறது.”

ஐந்திணை — இயற்கையும் உணர்வும்

அகத்திணை இன்னும் நுட்பமானது. நிலத்தையும் உணர்வையும் இணைத்து, வாழ்க்கையை ஐந்து திணைகளாக வகுக்கிறது. ஒவ்வொரு நிலமும் ஒரு மனநிலையைக் குறிக்கிறது — இயற்கையும் மனிதனும் ஒன்றோடொன்று பின்னிப் பிணைந்த ஒரு சிந்தனை அமைப்பு.

அட்டவணை 2.2: ஐந்திணை – நிலமும் உணர்வும்

திணை	நிலம்	உரிய உணர்வு
குறிஞ்சி	மலையும் சார்ந்த இடமும்	தலைவன்–தலைவி கூடுதல்
முல்லை	காடும் சார்ந்த இடமும்	பிரிவைப் பொறுத்திருத்தல்
மருதம்	வயலும் ஊரும்	ஊடலும் மனக்கசப்பும்
நெய்தல்	கடலும் கரையும்	பிரிவால் வருந்துதல்
பாலை	வறண்ட நிலம்	பிரிவும் இடம்பெயர்தலும்

இயற்கையை மனித உணர்வுடன் இணைத்த ஒரு நுட்பமான வகைப்பாடு.

“இலக்கணம் சிந்தனையின் அமைப்பு,” என்றார் ஆசிரியர். “சிந்தனை சிதறினால் சமூகமும் சிதறும். ஒழுங்குபடுத்தப்பட்டால், நினைவு தலைமுறைகளைத் தாண்டிச் செல்லும். தொல்காப்பியம் செய்தது அதைத்தான் — தமிழுக்கு ஒரு நிலையான அடித்தளத்தைக் கொடுத்தது.”

இந்த அத்தியாயத்தின் சாரம்

— இலக்கணம் ஒரு மொழியின் முதிர்ச்சியின் சான்று.

— தொல்காப்பியம் மொழியை மட்டுமல்ல, வாழ்க்கையையும் (அகம்–புறம்) வகுத்தது.

— ஒழுங்குபடுத்தப்பட்ட சிந்தனையே நினைவைத் தலைமுறைகள் வழியே எடுத்துச் செல்கிறது.

> **அடுத்த வளைவு** *கட்டமைப்பு உருவானது; ஆனால் அந்த உணர்வுகளும் நினைவுகளும் எங்கே பதிந்தன? சங்க இலக்கியத்தை நோக்கி.*

அத்தியாயம் 3

சங்கம்

நினைவின் நூலகம்

பாடல்களாகத் தொகுக்கப்பட்ட ஒரு சமூகத்தின் நினைவு

அத்தியாயம் 3 — சங்கம்: நினைவின் நூலகம்

தொல்காப்பியம் தந்த கட்டமைப்பு அறிவன் மனத்தில் தெளிவாக இருந்தது. ஆனால் ஒரு கேள்வி மீந்தது — அந்த அமைப்பில் எழுந்த உணர்வுகள், அனுபவங்கள் எங்கே சேமிக்கப்பட்டன?

பேராசிரியர் இன்னொரு தொகுதியை எடுத்தார். "இவை சங்கப் பாடல்கள்," என்றார். "தனி மனிதர்களின் உணர்வுகள், ஒரு சமூகத்தின் நினைவாக மாறிய இடம் இது."

தொகுப்பு என்னும் நிறுவனம்

சங்கப் பாடல்கள் என்பவை ஒரே நபர், ஒரே காலத்தில் எழுதியவை அல்ல. பல்வேறு புலவர்கள், பல்வேறு இடங்களில், பல தலைமுறைகளாகப் பாடியவை. அவை சீர்தூக்கப்பட்டு, தொகுக்கப்பட்டு, பாதுகாக்கப்பட்டன. இது தற்செயலான சேகரிப்பு அல்ல — ஒழுங்கான ஒரு நினைவு நிறுவனம்.

அட்டவணை 3.1

சங்கத் தொகுப்புகள்

தொகுப்பு	உள்ளடக்கம்
1 எட்டுத்தொகை 	எட்டு பாடல் தொகுதிகள் — அகமும் புறமும் 
2 பத்துப்பாட்டு 	பத்து நீள்பாடல்கள் — வாழ்க்கை, நிலம், ஆட்சி 
3 அகப் பாடல்கள் 	காதல், மனநிலை, தனிமனித அனுபவம் 
4 புறப் பாடல்கள் 	வீரம், கொடை, அரசியல், சமூகம் 

▶ ஒரு சமூகத்தின் உணர்வுகளும் வரலாறும் முறையாகத் தொகுக்கப்பட்ட பெருங்காப்பகம்.

இந்தப் பாடல்களில் உள்ளவை வெறும் புராணக் கதைகள் அல்ல; சாதாரண மனிதர்களின் உணர்வுகள். காதலன் பிரிவு; தாயின் கவலை; வீரனின் துணிவு; கொடையாளியின் பெருந்தன்மை. இரண்டாயிரம் ஆண்டுகளுக்கு முந்தைய ஒரு மனிதன் உணர்ந்ததை, இன்றைய மனிதனும் உணர முடிகிறது.

படம் 3.1:

பாடல் முதல் பதிப்பு வரை – நினைவின் சங்கிலி

அறிவன்: "ஆனால் பல நாகரிகங்களிலும் பழம் பாடல்கள் உள்ளனவே?"

வாசன்: "உண்டு. ஆனால் வேறுபாடு இதுதான் — இந்தப் பாடல்களின் மொழி இன்றும் உயிரோடு இருக்கிறது. அந்தப் பாடலில் வரும் 'நீர்', 'அம்மா', 'கண்' என்னும் சொற்கள் இன்றும் அதே பொருளில் வழங்குகின்றன. பாடல் மட்டும் எஞ்சவில்லை; அதைப் படிக்கும் மொழியும் எஞ்சியிருக்கிறது."

இந்த அத்தியாயத்தின் சாரம்

— சங்கப் பாடல்கள் ஒரு சமூகத்தின் ஒழுங்கான நினைவுக் காப்பகம்.

— அவற்றின் உணர்வுகள் காலத்தைத் தாண்டிப் பொதுவானவை.

— பாடலும் அதைப் படிக்கும் மொழியும் சேர்ந்தே தொடர்கின்றன.

> **அடுத்த வளைவு** *இந்தச் சமூகம் தனிமையில் வாழ்ந்ததா, அல்லது உலகத்துடன் தொடர்பு கொண்டதா? கடலை நோக்கி.*

அத்தியாயம் 4

கடலும் உலகமும்

கடல் வழியே உலகத்தைத் தொட்ட தமிழ்

அத்தியாயம் 4 — கடலும் உலகமும்

“இந்தச் சமூகம் தனிமையில் வாழ்ந்ததா?” என்ற கேள்வியோடு அறிவன் கடற்கரையை நோக்கி நடந்தான். அலைகள் தொலைவிலிருந்து வந்து கரையில் முத்தமிட்டு மீண்டன. பேராசிரியர் வாசன் அந்த அலைகளைச் சுட்டிக்காட்டினார்.

வாசன்: “இந்த அலைகள் தொலைவிலிருந்து வருகின்றன, அறிவா. இரண்டாயிரம் ஆண்டுகளுக்கு முன்பும் இவை இப்படியே வந்தன — ஆனால் அப்போது அவற்றோடு கப்பல்களும் வந்தன.”

உலகத்தைத் தொட்ட துறைமுகங்கள்

பழந்தமிழகம் உள்நாட்டில் முடங்கிய சமூகம் அல்ல. அதன் கரையோரம் பரபரப்பான துறைமுகங்களால் நிறைந்திருந்தது. கொற்கையில் முத்து குவிந்தது; புகாரில் கப்பல்கள் நங்கூரமிட்டன; முசிறியில் மிளகு மூட்டைகள் ஏற்றப்பட்டன. இவை வெறும் சந்தைகள் அல்ல — உலகத்துடன் தமிழகத்தை இணைத்த வாயில்கள்.

அட்டவணை 4.1: முதன்மைத் துறைமுகங்களும் அவற்றின் சிறப்பும்

துறைமுகம்		குறிப்பு
கொற்கை	பாண்டியர் நாடு	முத்து வாணிபத்தின் மையம்
புகார் (காவிரிப்பூம்பட்டினம்)	சோழர் நாடு	பெருங்கடல் வாணிபத் துறை
முசிறி	சேரர் நாடு	மிளகும் நறுமணப் பொருளும்
தொண்டி	மேற்குக் கடற்கரை வணிக நிலையம்	

மூன்று தமிழ் அரசுகளும் கடல் வழியே உலக வாணிபத்தில் பங்கேற்றன.

இந்த வாணிபம் ஒருதலைப்பட்சமானது அல்ல. தமிழகத்திலிருந்து மிளகும் முத்தும் நுண்பருத்தித் துணியும் வெளியேறின; வெளியிலிருந்து தங்க நாணயமும் கண்ணாடிப் பொருளும் வந்து சேர்ந்தன. ரோமானியப் பேரரசின் நாணயங்கள் தமிழ்நாட்டின் பல இடங்களில் இன்றும் அகழ்வாராய்ச்சியில் கிடைக்கின்றன — அந்தத் தொடர்பின் மௌன சாட்சிகள்.

அட்டவணை 4.2:
ஏற்றுமதியும் இறக்குமதியும்

ஏற்றுமதி (தமிழகத்திலிருந்து)	இறக்குமதி (வெளிநாட்டிலிருந்து)
மிளகு, ஏலம், நறுமணப் பொருள்	தங்க / வெள்ளி நாணயம்
முத்து, சங்கு, பவளம்	மது (ரோமானிய)
நுண் பருத்தித் துணி	கண்ணாடிப் பொருட்கள்
யானைத் தந்தம், மயில்	மட்பாண்டம்

வாணிபம் இருவழிப் பரிமாற்றம் — தமிழகம் கொடுத்ததும் பெற்றதும் சமம்.

இந்த உலகத் தொடர்பு தமிழ் மனத்திலும் ஒரு பரந்த பார்வையை விதைத்தது. தனிமையில் வாழாத ஒரு சமூகம் தன்னை உலகின் ஒரு பகுதியாகவே உணர்ந்தது. இந்த உணர்வுதான் தமிழ் இலக்கியத்தின் மிகப் புகழ்பெற்ற வரிகளில் ஒன்றில் வெளிப்படுகிறது:

> *யாதும் ஊரே; யாவரும் கேளிர்.*

— கணியன் பூங்குன்றனார், புறநானூறு

அறிவன்: "எல்லா ஊரும் என் ஊர்; எல்லா மனிதரும் என் உறவினர் — இரண்டாயிரம் ஆண்டுகளுக்கு முன்பே இப்படி எழுதினார்களா?"

வாசன்: "ஆம். கடல் வாணிபம் பொருளை மட்டும் கொண்டுவரவில்லை; ஒரு பரந்த மனப்பான்மையையும் வளர்த்தது. ஆனால் அறிவா, பொருள் கடலைக் கடந்தது — கருத்துகளும் கடந்தனவா? அதைத்தான் அடுத்து பார்க்கப் போகிறோம்."

இந்த அத்தியாயத்தின் சாரம்

— தமிழகம் உலக வாணிபத்தில் சுறுசுறுப்பாகப் பங்கேற்ற கடல்சார் சமூகம்.

— ரோமானிய நாணயங்கள் அந்தத் தொடர்பின் தொல்லியல் சான்றுகள்.

— உலகத் தொடர்பு தமிழ் மனத்தில் பரந்த பார்வையை விதைத்தது.

> **அடுத்த வளைவு** *பொருள் கடலைக் கடந்தது; ஆனால் அறமும் கருத்தும் எல்லை கடந்தனவா? திருக்குறளை நோக்கி.*

அத்தியாயம் 5

திருக்குறள்

எல்லை கடந்த அறம்

சமயம் கடந்த, மனிதம் சார்ந்த பொது அறம்

அத்தியாயம் 5 — திருக்குறள்: எல்லை கடந்த அறம்

கடற்கரையிலிருந்து திரும்பும்போது அறிவன் சிந்தித்தான் — மிளகும் முத்தும் கடலைக் கடந்து சென்றன; ஆனால் ஒரு சமூகத்தின் சிந்தனை, அதன் அறம் — அவையும் எல்லை கடக்க முடியுமா? பேராசிரியர் ஒரு சிறிய நூலை நீட்டினார். அதன் ஒவ்வொரு பக்கமும் இரண்டடி வரிகளால் நிறைந்திருந்தது.

வாசன்: "இது திருக்குறள். ஒவ்வொன்றும் இரண்டே அடிகள். ஆனால் அந்த இரண்டடிகளில் ஒரு வாழ்க்கையே அடங்கியிருக்கிறது."

மூன்று தளங்களில் ஒரு வாழ்க்கை

திருக்குறள் வாழ்க்கையை மூன்று பெரும் பகுதிகளாக வகுக்கிறது — அறம், பொருள், இன்பம். தனிமனித ஒழுக்கம், சமூக ஆட்சி, மனித உறவு என மூன்று தளங்களையும் இது தொடுகிறது. குறிப்பிட்ட எந்த ஒரு சமயத்தையும், எந்த ஒரு பிரிவையும் சாராமல், மனிதம் சார்ந்த பொதுவான அறத்தை இது பேசுகிறது. அதனால்தான் இது காலத்தையும் எல்லையையும் கடந்து நிற்கிறது.

அட்டவணை 5.1:

திருக்குறளின் மூன்று பால்கள்

பால் (பகுதி)	நோக்கம்	அளவு
அறத்துப்பால்	வாழ்க்கையின் நெறிமுறை	38 அதிகாரம்
பொருட்பால்	ஆட்சி, பொருள், நீதி	70 அதிகாரம்
இன்பத்துப்பால்	மனித உறவும் காதலும்	25 அதிகாரம்

மொத்தம் 133 அதிகாரம், 1330 குறள் — மூன்று தளங்களில் முழு வாழ்க்கை.

படம் 5.1:

வாழ்க்கையின் மூன்று அடுக்குகள்

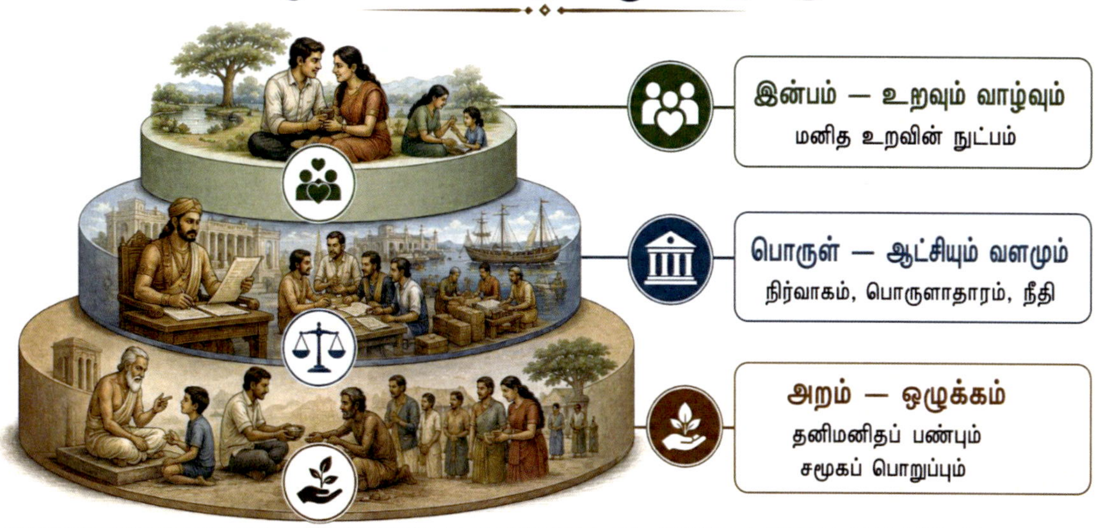

அடித்தளம் அறம்; அதன்மேல் பொருளும் இன்பமும் — சமநிலையான வாழ்க்கைக் கட்டமைப்பு.

திருக்குறளின் மிகப்பெரிய சிறப்பு அதன் பொதுமைத்தன்மை. அது எந்தக் குறிப்பிட்ட குழுவையும் உயர்த்தவில்லை; மனிதம் அனைத்திற்கும் பொதுவான அறத்தை முன்வைக்கிறது. இந்தப் பொதுமைதான் அதை மொழிபெயர்ப்பாளர்களை ஈர்த்தது — ஆங்கிலம், பிரெஞ்சு, ஜெர்மன், லத்தீன் என உலகின் பல மொழிகளில் இது மொழிபெயர்க்கப்பட்டிருக்கிறது.

> *பிறப்பொக்கும் எல்லா உயிர்க்கும்; சிறப்பொவ்வா*
> *செய்தொழில் வேற்றுமை யான்.*

— திருக்குறள் 972

அறிவன்: "பிறப்பால் எல்லா உயிரும் சமம்; வேறுபாடு செயலால் மட்டுமே — இது இன்றைய சமத்துவக் கருத்துதானே?"

வாசன்: "ஆம். அதனால்தான் அது எல்லை கடந்தது. மிளகு கடலைக் கடந்ததுபோல், இந்த அறமும் மொழிகளைக் கடந்தது. ஆனால் கருத்து வெறும் வாக்கியமாக நிற்காது; கதையாக மாறும்போது மக்கள் மனத்தில் பதியும். அந்தக் கதையை அடுத்து பார்ப்போம்."

இந்த அத்தியாயத்தின் சாரம்

— திருக்குறள் வாழ்க்கையை அறம்–பொருள்–இன்பமாக வகுக்கிறது.

— அதன் அறம் சமயம் சாராத, மனிதம் சார்ந்த பொதுமை உடையது.

— அந்தப் பொதுமையே அதை உலக மொழிகளுக்குக் கொண்டு சென்றது.

> **அடுத்த வளைவு** *அறம் கோட்பாடாகச் சொல்லப்பட்டது; கதையில் அது எப்படி உயிர்பெறுகிறது? சிலப்பதிகாரத்தை நோக்கி.*

அத்தியாயம் 6

சிலப்பதிகாரம்

அரசையும் தாண்டிய நீதி

அதிகாரமும் நீதிக்குக் கட்டுப்பட வேண்டும்

அத்தியாயம் 6 அ— சிலப்பதிகாரம்: அரசையும் தாண்டிய நீதி

"அறம் கதையில் எப்படி உயிர்பெறும்?" என்ற கேள்வியோடு அறிவன் அமர்ந்தான். பேராசிரியர் ஒரு பழங்கதையைச் சொல்லத் தொடங்கினார் — ஒரு பெண்ணின் கதை; நீதிக்காக ஒரு நகரத்தையே எதிர்த்து நின்ற கதை.

வாசன்: "இது சிலப்பதிகாரம். கண்ணகி என்னும் பெண்ணின் கதை. ஆனால் இது வெறும் சோகக் கதை அல்ல — அதிகாரம் கூட நீதிக்குக் கட்டுப்பட வேண்டும் என்று சொல்லும் கதை."

ஒரு சிலம்பு எழுப்பிய கேள்வி

கோவலன் என்னும் வணிகன் தன் மனைவி கண்ணகியின் சிலம்பை விற்க மதுரைக்குச் செல்கிறான். ஆனால் அரசவை அதைத் திருட்டுச் சிலம்பு என்று தவறாகக் கருதி, விசாரணை இன்றி அவனைக் கொல்கிறது. தன் கணவனை இழந்த கண்ணகி அரசவைக்கு வந்து, தன் சிலம்பை உடைத்து உண்மையை நிரூபிக்கிறாள். தவறு உணர்ந்த அரசன் அதிர்ந்து வீழ்கிறான். ஒரு சிலம்பு ஒரு நகரத்தின் நீதியையே கேள்விக்குள்ளாக்கியது.

அட்டவணை 6.1:
மூன்று காண்டங்கள் – ஒரே நீதிக் கேள்வி

சிலப்பதிகாரம் – சங்ககாலத்திற்குப் பிந்தைய காலம் (கி.பி. 2–5ம் நூற்றாண்டு)

காண்டம்	நிகழ்வு	கருப்பொருள்
புகார்க் காண்டம் (சோழ நாடு)	வாழ்வும் வணிகமும்	செழிப்பு
மதுரைக் காண்டம் (பாண்டிய நாடு)	தவறான தீர்ப்பு	நீதிக் கேள்வி
வஞ்சிக் காண்டம் (சேர நாடு)	தவறின் விளைவு	பொறுப்புக் கூறல்

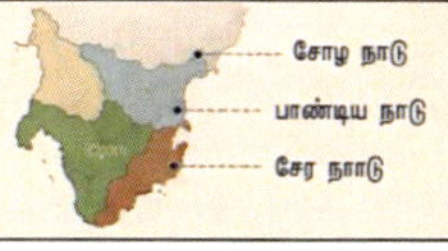

மூன்று நிலப்பகுதிகள், ஒரே செய்தி – அதிகாரமும் பொறுப்புக்குக் கட்டுப்பட வேண்டும்.

படம் 6.1
நீதியின் வரைவு

அநீதி → கேள்வி → நிலைநிறுத்தம் – நீதி ஒரு நெறிமுறையாக வழவம் பெறுகிறது.

அறிவன்: "இது வெறும் சோகக் கதைதானே? இதில் என்ன தனிச்சிறப்பு?"

வாசன்: "தனிச்சிறப்பு இதுதான் — இக்கதை ஒரு கொள்கையைச் சொல்கிறது: அரசன் தவறு செய்தால் அதற்கு விளைவு உண்டு; அதிகாரம் தண்டனைக்கு அப்பாற்பட்டது அல்ல. வெறும் பொழுதுபோக்காக இருந்தால் இக்கதை மறைந்திருக்கும். ஒரு நீதிக் கொள்கையாக இருந்ததால்தான் இது நின்றது."

இங்கே நாம் கவனிக்க வேண்டியது — இது சமயக் கதை அல்ல; சமூக நீதியின் கதை. அதிகாரத்தின் பொறுப்பு, தவறுக்கான விளைவு, சாமானியரின் குரல் — இவையே இக்கதையை காலம் கடந்து நிறுத்துகின்றன. கதையில் பேசப்பட்ட இந்த நீதி, நிஜ ஆட்சியில் பதிவாகியதா என்பதே அடுத்தக் கேள்வி.

இந்த அத்தியாயத்தின் சாரம்

— சிலப்பதிகாரம் அதிகாரத்தின் பொறுப்பைப் பேசும் நீதிக் காவியம்.

— இது சமயம் சாராத, சமூக நீதி சார்ந்த கதை.

— நீதிக் கொள்கையாக இருந்ததால்தான் இது நிலைத்தது.

> **அடுத்த வளைவு** *கதை ஒரு செழிப்பான நகரத்தைச் சித்தரித்தது; ஆனால் அந்த நகரம் உண்மையா, கற்பனையா? மண் என்ன சொல்கிறது? கீழடியை நோக்கி.*

மண்ணின் சாட்சி

கீழடி: மண் பேசத் தொடங்குகிறது

இலக்கியம் சொன்னதை மண் உறுதிசெய்யத் தொடங்கிய இடம்

அத்தியாயம் 6 ஆ— இலக்கியம் சொன்னதை மண் உறுதிசெய்யத் தொடங்கிய இடம்

சிலப்பதிகாரம் ஒரு செழிப்பான நகரத்தைச் சித்தரித்தது — மதுரையின் தெருக்கள், வணிகர், அணிகலன், அவை. ஆனால் அது கவிஞனின் கற்பனையா, அல்லது உண்மையில் இருந்த ஒரு நகரமா? அறிவன் மனத்தில் இந்தக் கேள்வி எழுந்தது. பேராசிரியர் வாசன் ஒரு புகைப்படத்தை நீட்டினார் — வைகைக் கரையில் வெட்டப்பட்ட ஒரு அகழி; வெளிப்பட்ட செங்கல் சுவர்கள்; மண்ணின் அடுக்குகள்.

வாசன்: "இதுவரை நாம் ஓலையிலும் கல்லிலும் எழுதப்பட்டதைப் படித்தோம். இப்போது வேறு ஒரு சாட்சியைக் கேட்போம், அறிவா — மண். கீழடி என்னும் இடத்தில் மண் பேசத் தொடங்கியிருக்கிறது."

வைகைக் கரையில் ஒரு நகரம்

கீழடி — மதுரைக்குத் தென்கிழக்கே, வைகை ஆற்றின் கரையில், சிவகங்கை மாவட்டத்தில் உள்ள ஒரு சிற்றூர். 2014–15 இல் வைகைச் சமவெளியை ஆய்வுசெய்த தொல்லியலாளர்கள், ஒரு தென்னந்தோப்பாக இருந்த இந்த இடத்தைத் தோண்டத் தேர்ந்தனர். வெளிப்பட்டது கோயிலோ அரண்மனையோ அல்ல — ஒரு அன்றாட நகரம். சுட்ட செங்கலால் கட்டப்பட்ட சுவர்கள், கழிவுநீர் வடிகால்கள், வளைய வடிவக் கிணறுகள், திட்டமிட்டுக் கட்டப்பட்ட குடியிருப்பு. செங்கல், அமைப்பு, நீர் மேலாண்மை — அனைத்தும் ஒழுங்கான நகர வாழ்வைச் சுட்டின. கதிரியக்கக் காலக்கணிப்பு, இதன் ஆழமான அடுக்குகளை சுமார் கி.மு. ஆறாம் நூற்றாண்டில் — ஏறக்குறைய 2,600 ஆண்டுகளுக்கு முன் — வைத்தது.

அறிவன்: "அதாவது, கோயிலோ அரண்மனையோ அல்ல — ஒரு சாதாரண நகரமா? வீடுகள், வடிகால், கிணறுகள்?"

வாசன்: "சரியாகச் சொன்னாய். அதுதான் சிறப்பு. பெரிய கட்டிடங்கள் பல நாகரிகங்களிடம் உண்டு; ஆனால் ஒழுங்காக அமைந்த அன்றாட நகர வாழ்வு — வடிகால், கிணறு, கைத்தொழில் — ஒரு முதிர்ந்த சமூகத்தின் அடையாளம்."

அட்டவணை 6.2 கீழடியில் கண்டெடுக்கப்பட்டவை

பிரிவு	கண்டெடுக்கப்பட்டவை
நகர அமைப்பு சுட்ட செங்கல் சுவர்கள் · கழிவுநீர் வடிகால் · வளைய வடிவக் கிணறுகள்	 சுட்ட செங்கல் சுவர்கள்  கழிவுநீர் வடிகால்  வளைய வடிவக் கிணறுகள்
எழுத்தறிவு தமிழ்-பிராமி எழுத்துப் பொறித்த் நூற்றுக்கும் மேற்பட்ட மட்பாண்டத் துண்டுகள்	 தமிழ்-பிராமி எழுத்துப் பொறித்த மட்பாண்டத் துண்டுகள்
கைத்தொழில் நூற்பு (நூற்கருவிகள், செப்பு ஊசிகள்) · சாயமேற்றல் · மணி வேலை · மட்பாண்டம்	 நூற்பு (நூற்கருவிகள், செப்பு ஊசிகள்)  சாயமேற்றல்  மணி வேலை  மட்பாண்டம்
வாணிபம் கார்னீலியன், அகேட் மணிகள் (வெளியூரிலிருந்து) · முத்திரை குத்திய நாணயங்கள்	 கார்னீலியன், அகேட் மணிகள் (வெளியூரிலிருந்து)  முத்திரை குத்திய நாணயங்கள்
அன்றாட வாழ்வு தந்தச் சீப்பு · சங்கு வளையல் · பகடை, விளையாட்டுக் காய்கள்	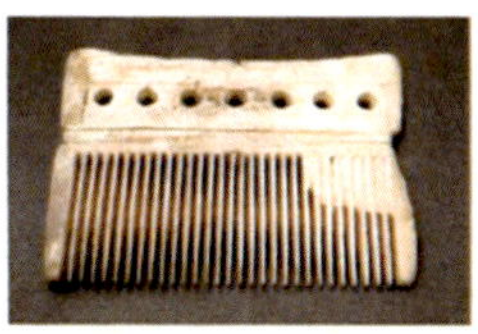 தந்தச் சீப்பு  சங்கு வளையல்  பகடை, விளையாட்டுக் காய்கள்

➤ *ஒரே இடத்தில் எழுத்து, தொழில், வாணிபம், அன்றாட வாழ்வு — ஒரு முழுமையான நகரம்.*

எழுத்து தெரிந்த சமூகம்

கீழடியின் கண்டுபிடிப்புகளில் மிக வியப்பூட்டுவது — தமிழ்-பிராமி எழுத்துகள் கீறப்பட்ட நூற்றுக்கும் மேற்பட்ட மட்பாண்டத் துண்டுகள். இவை அரசக் கட்டளைகள் அல்ல; சாதாரணப் பானைகள், பல உரிமையாளரின் பெயர்களைச் சுமந்தவை. சாதாரண மக்கள் தம்

பொருட்களில் பெயரை எழுதியிருக்கிறார்கள். இது எழுத்தறிவு ஒரு சிறு உயர்குழுவுக்கு மட்டும் உரியதல்ல — அது பரவலாக இருந்தது என்பதைக் காட்டுகிறது. மேலும், இக்காலக்கணிப்பு தமிழ் எழுத்தைச் சுமார் கி.மு. ஆறாம் நூற்றாண்டுக்கு — முன்பு கருதப்பட்டதைவிட ஏறக்குறைய ஒரு நூற்றாண்டு பின்னோக்கி — நகர்த்துகிறது.

அறிவன்: "சாதாரணப் பானையில் பெயர் எழுதியிருக்கிறார்களா? அப்படியானால் எழுத்து சில அரசர்களுக்கு மட்டும் அல்ல — பலருக்கும் தெரிந்திருக்கிறது!"

வாசன்: "அதுதான் முக்கியம், அறிவா. எழுத்து பரவலாக இருந்ததே ஒரு நாகரிகத்தின் ஆழமான அடையாளம். தொல்காப்பியம் போன்ற ஒரு நுட்பமான இலக்கண நூலை உருவாக்கிய சமூகம், எழுத்தறிவு நிறைந்த சமூகமாகத்தான் இருந்திருக்க வேண்டும். மண் இப்போது அதை உறுதிசெய்கிறது."

படம் 6.2 — ஆழம் சொல்லும் காலம் (AMS கதிரியக்கக் காலக்கணிப்பு)

மண் சொல்லும் காலம் — அடுக்குகளின் சாட்சி

குறிப்பு: AMS (Accelerator Mass Spectrometry) கதிரியக்கக் காலக்கணிப்பு மூலம் கரிமப் பொருட்களின் காலம் கணிக்கப்பட்டது.

படம் 2 — ஆழம் சொல்லும் காலம் (AMS கதிரியக்கக் காலக்கணிப்பு)

➤ ***ஆழமான அடுக்குகள் சுமார் கி.மு. 580 வரை செல்கின்றன — தமிழ் நகர வாழ்வும் எழுத்தும் அத்தனை தொன்மையானவை.***

இங்கே ஒரு நேர்மையான குறிப்பும் தேவை. கீழடி இன்னும் தோண்டப்பட்டுக்கொண்டிருக்கும் ஒரு களம். ஒவ்வொரு பருவமும் புதிய சான்றைச் சேர்க்கிறது; காலக்கணிப்பும் மேலும் நுட்பமான அறிவியல் முறைகளால் தொடர்ந்து செம்மைப்படுத்தப்படுகிறது. ஆதாரம் என்பது அப்படித்தான் வளர்கிறது — மெதுவாக, சோதனையின் வழியே. ஆனால் ஒரு பெரிய சித்திரம் ஏற்கனவே தெளிவாகிவிட்டது: வைகைக் கரையில் ஒரு தொன்மையான, எழுத்தறிவுள்ள, தொழில்மயமான நகரம் இருந்தது.

இந்த அத்தியாயத்தின் சாரம்

— கீழடியில் கி.மு. ஆறாம் நூற்றாண்டைச் சேர்ந்த, ஒழுங்கமைந்த நகர வாழ்வின் சான்று கிடைத்துள்ளது.

— தமிழ்-பிராமி எழுத்துப் பொறித்த பானைத் துண்டுகள் பரவலான எழுத்தறிவைக் காட்டுகின்றன.

— நூற்பு, சாயம், மணி, வாணிபம் — ஒரு தொழில்மயமான நகரம் மண்ணுக்குள் இருந்தது.

அடுத்த வளைவு *மண் ஒரு தொன்மையான நகரத்தை வெளிச்சத்துக்குக் கொண்டுவந்தது. ஆனால் இது தமிழ் நாகரிகம் பற்றிய நம் புரிதலை எப்படி மாற்றுகிறது? கீழடிக்கு முன், கீழடிக்குப் பின் — அடுத்து.*

மண்ணின் சாட்சி

கீழடிக்கு முன், கீழடிக்குப் பின்

ஒரு கண்டுபிடிப்பு வரைந்த காலக்கோடு

அத்தியாயம் 6 இ— கீழடிக்கு முன், கீழடிக்குப் பின்

அந்த நதிக்கரைக்கே அவர்கள் திரும்பினர். 'ஒரு கண்டுபிடிப்பு ஏன் இவ்வளவு முக்கியம்?' என்று அறிவன் கேட்டான். வாசன் மணல்மீது ஒரு கோடு வரைந்தார். 'ஒவ்வொரு பெரிய கண்டுபிடிப்பும் காலத்தில் ஒரு கோடு வரைகிறது, அறிவா — அதற்கு முன் ஒரு புரிதல்; அதற்குப் பின் வேறொரு புரிதல். கீழடி அப்படி ஒரு கோட்டை வரைந்தது.'

வரையப்பட்ட கோடு

கீழடிக்கு முன், அறிஞர்களிடையே பொதுவாக இருந்த பார்வை இதுதான்: தமிழ் மண்ணில் நகர வாழ்வு ஒப்பீட்டளவில் பிற்காலத்தில் — சுமார் கி.மு. மூன்றாம் நூற்றாண்டில் — வடக்கின் தொடர்பால், பெருமளவு வெளி தாக்கத்தால் தொடங்கியிருக்கலாம் என்று கருதப்பட்டது. எழுத்தும் வடக்கிலிருந்து வந்ததாகவே பலரால் எண்ணப்பட்டது. சங்கப் பாடல்கள் வரைந்த நகரக் காட்சிகளும், தொல்காப்பியம் சுட்டிய ஒழுங்கான சமூகமும் பெரும்பாலும் இலக்கியத்தின் வழியாக மட்டுமே அறியப்பட்டன — சிலர் அவை மிகைப்படுத்தப்பட்டவையோ என்றும் ஐயப்பட்டனர்.

கீழடிக்குப் பின், இந்தச் சித்திரம் மாறியது. வைகைக் கரையில் சுமார் கி.மு. ஆறாம் நூற்றாண்டிலேயே ஒரு நகர, எழுத்தறிவுள்ள, தொழில்மயமான சமூகம் இருந்ததை மண் காட்டியது — கடன் வாங்கியதல்ல; இங்கேயே வளர்ந்தது. கங்கைச் சமவெளியில் நிகழ்ந்த 'இரண்டாம் நகரமயமாதல்' தமிழ் மண்ணிலும் இணையாக நிகழ்ந்தது என்று அறிஞர்கள் கூறுகின்றனர். இலக்கியம் வரைந்த சித்திரம் இனி ஓலையில் மட்டும் இல்லை; அதற்கு மண்ணிலும் ஒரு அடித்தளம் கிடைத்தது.

படம் 6.3 — கீழடிக்கு முன், கீழடிக்குப் பின்: புரிதலில் ஏற்பட்ட மாற்றம்

➤ ***கீழடி காலத்தை சுமார் மூன்று நூற்றாண்டுகள் பின்னோக்கி நகர்த்தியது — கடன் வாங்கிய நகரம் அல்ல; இங்கேயே வளர்ந்த நகரம்.***

அறிவன்: "அப்படியானால் — சிலப்பதிகாரம் ஒரு பரபரப்பான மதுரையை, வணிகரையும் நீதியையும் சொன்னபோது; தொல்காப்பியம் ஒரு ஒழுங்கான, எழுத்தறிவுள்ள சமூகத்தைக் காட்டியபோது — அந்த உலகம் உண்மையில் இருந்தது என்பதைக் கீழடி காட்டுகிறதா?"

வாசன்: "ஆம், அறிவா — ஆனால் ஒரு நுட்பத்தோடு. மண் ஒவ்வொரு பாடல் வரியையும் தனித்தனியே 'நிரூபிக்க'வில்லை. அது வேறு ஒன்றைச் செய்கிறது: அந்தப் பாடல்கள் விவரித்த உலகம் — நகரம், வணிகம், எழுத்து, கைத்தொழில் — உண்மையில் இருந்த ஒரு உலகம் என்று காட்டுகிறது. அதனால் இலக்கியம் சொன்னது நம்பத்தகுந்ததாகிறது."

இலக்கியமும் மண்ணும் சந்திக்கும் இடம்

இதுவே மையக் கருத்து. இலக்கியமும் தொல்லியலும் இரு வேறு வகைச் சாட்சிகள்; கீழடியில் அவை சந்திக்கின்றன. சிலப்பதிகாரம் ஒரு செழிப்பான வணிக நகரத்தை விவரிக்கிறது — கீழடி அத்தகைய வணிக உலகின் மணிகளையும் நாணயங்களையும் வாணிபப் பொருட்களையும்

தருகிறது. சங்கப் பாடல்கள் நுண்ணிய ஆடையையும் கைவினையையும் பேசுகின்றன — கீழடி நூற்கருவிகளையும் சாயமேற்றலின் சுவடுகளையும் தருகிறது. தொல்காப்பியம் இருப்பதே ஒரு எழுத்தறிவுள்ள, ஒழுங்கான சமூகத்தைக் குறிக்கிறது — கீழடி சாதாரண கைகளால் எழுதப்பட்ட தமிழ்-பிராமித் துண்டுகளைத் தருகிறது. இலக்கியம் விவரித்த இடத்தில், மண் இப்போது உறுதிசெய்கிறது.

படம் 6.4 — இலக்கியம் ↔ மண்: ஒத்துப்போகும் சித்திரம்

இலக்கியம் சொன்னது			கீழடி தந்த சான்று	
1. செழிப்பான வணிக நகரம் (சிலப்பதிகாரம்)		↔	மணிகள், நாணயங்கள், வாணிபப் பொருட்கள்	
2. நுண் ஆடையும் கைத்தொழிலும் (சங்கம்)		↔	நூற்கருவிகள், சாயமேற்றலின் சுவடுகள்	
3. எழுத்தறிவுள்ள, ஒழுங்கான சமூகம் (தொல்காப்பியம்)		↔	தமிழ்-பிராமி எழுத்துப் பானைத் துண்டுகள்	
4. திட்டமிட்ட நகர அமைப்பு, பொது வாழ்வு		↔	செங்கல் சுவர், வடிகால், கிணறு	

➤ ***இலக்கியம் வரைந்த சித்திரத்துக்கு மண் வண்ணம் தீட்டுகிறது — இரண்டும் ஒரே நாகரிகத்தைச் சொல்கின்றன.***

ஒரு நேர்மையை மறக்கக்கூடாது: தொல்லியல் இலக்கியத்தை 'ஆவணப் படம்' ஆக்கிவிடாது. அது செய்வது — இலக்கியம் சித்தரித்த உலகம் உண்மையானது என்பதற்கு மண்ணின் சான்றைச் சேர்ப்பது. காலக்கணிப்பு இன்னும் செம்மைப்படுத்தப்பட்டுக்கொண்டிருக்கிறது; ஆய்வும் தொடர்கிறது. ஆனால் தனித்தனியே அல்ல, இரண்டும் சேரும்போது — பாடலும் மண்ணும் ஒன்றையொன்று உறுதிசெய்யும்போது — வரலாறு வலுப்பெறுகிறது.

அறிவன்: "இப்போது புரிகிறது — 'கீழடிக்கு முன்' நம்மிடம் அழகான பாடல்கள் இருந்தன; 'கீழடிக்குப் பின்' அந்தப் பாடல்களுக்குக் கீழே மண்ணின் சான்றும் சேர்ந்தது."

வாசன்: "சரியாகச் சொன்னாய், அறிவா. ஆனால் அந்த நகரம் தன் ஆட்சியையும் நீதியையும் எப்படி நிரந்தரமாக ஆவணப்படுத்தியது? அதைக் கல்வெட்டுகளில் பார்ப்போம்."

இந்த அத்தியாயத்தின் சாரம்

— கீழடிக்கு முன், தமிழ் நகரமயமாதல் பிற்காலத்தது, கடன்பெற்றது என்று கருதப்பட்டது.

— கீழடிக்குப் பின், அது தொன்மையானது, உள்நாட்டில் வளர்ந்தது என்று சான்றுடன் தெரிந்தது.

— இலக்கியம் வரைந்த உலகை மண் உறுதிசெய்தது — பாடல்கள் நம்பத்தகுந்தவையாயின.

அடுத்த வளைவு *மண் நகரத்தை மெய்ப்பித்தது; ஆனால் அந்த நகரத்தின் ஆட்சியும் நீதியும் எவ்வாறு நிரந்தரமாக ஆவணப்படுத்தப்பட்டன? கல்வெட்டுகளை நோக்கி.*

அத்தியாயம் 7

கல்வெட்டுகளில் ஆட்சி

கல்லில் பதிந்த, பொறுப்புள்ள நிர்வாகம்

அத்தியாயம் 7 — கல்வெட்டுகளில் ஆட்சி

“நீதி நிஜ ஆட்சியில் பதிவாகியதா?” என்ற கேள்வியோடு அறிவனும் பேராசிரியரும் ஒரு பழங்கோயில் சுவரை நெருங்கினர். அந்தச் சுவரெங்கும் கல்வெட்டு எழுத்துகள். வாசன் அவற்றில் கைவைத்தார்.

வாசன்: “இவை வெறும் அலங்காரம் அல்ல, அறிவா. இவை ஆவணங்கள். இந்தக் கல்லில் ஒரு ஊரின் கணக்கு, தேர்தல், நீர்நிலைப் பராமரிப்பு — எல்லாம் பதிவாகியிருக்கிறது.”

கல்லில் பதிந்த நிர்வாகம்

தமிழகத்தின் ஆட்சி வாய்மொழியில் முடங்கவில்லை; அது கல்லிலும் செம்பிலும் பதிவாகியது. நிலத்தின் எல்லை, வரி விவரம், நீர்நிலைப் பராமரிப்பு, பொதுப் பணிகளுக்கான நன்கொடை — இவை அனைத்தும் நிரந்தரமாகப் பொறிக்கப்பட்டன. இது ஒரு பொறுப்புள்ள நிர்வாகத்தின் அடையாளம்: செய்தது பதிவாகும்; பதிவானது சரிபார்க்கப்படும்.

அட்டவணை 7.1: கல்வெட்டுகள் பதிவுசெய்த ஆவணங்கள்

பதிவு வகை	உள்ளடக்கம்
நில அளவை	உரிமை, வரி, எல்லை விவரம்
நீர்ப்பாசனம்	ஏரி, கால்வாய், பராமரிப்பு ஏற்பாடு
ஊராட்சி	தேர்தல், குழுக்கள், உறுப்பினர் தகுதி
கொடை	பொதுப் பணி, கல்விக்கான நன்கொடை

ஆட்சி வாய்மொழியில் அல்ல — கல்லில் பதிவான, சரிபார்க்கத்தக்க நிர்வாகம்.

இந்தப் பதிவுகளில் மிகவும் வியப்பூட்டுவது ஊராட்சி முறை. சில கல்வெட்டுகள் ஊர் மன்றத்திற்கு உறுப்பினர்களைத் தேர்ந்தெடுத்த

நடைமுறையை விவரிக்கின்றன — வேட்பாளரின் தகுதி, சீட்டுமுறைத் தேர்வு, பல்வேறு குழுக்கள், கணக்காய்வு வரை. ஆயிரம் ஆண்டுகளுக்கு முன்பே ஒரு முறையான தேர்தல் அமைப்பு கல்லில் பொறிக்கப்பட்டிருந்தது.

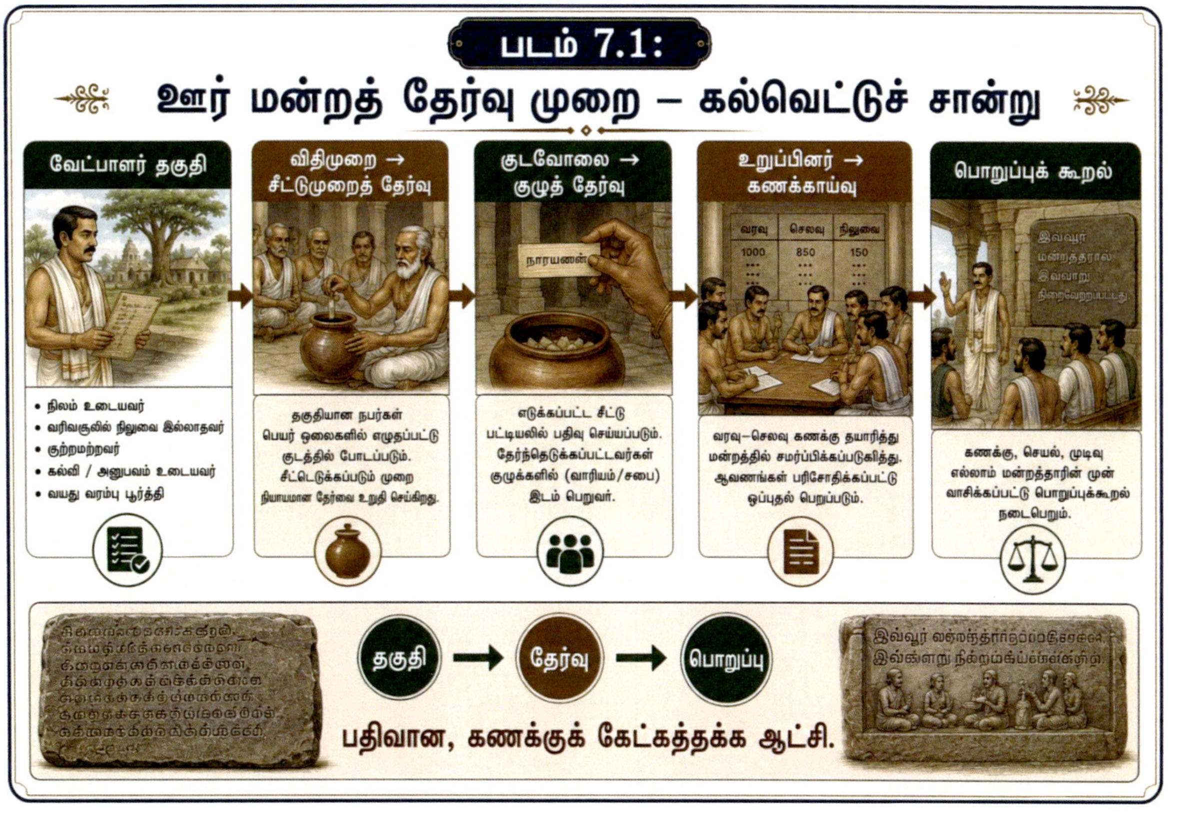

அறிவன்: “சீட்டுமுறையில் தேர்தல், கணக்காய்வு — இவை ஆயிரம் ஆண்டுகளுக்கு முன்பே இருந்தனவா? அதுவும் கல்லில் எழுதப்பட்டதா?”

வாசன்: “ஆம். அதுதான் சிறப்பு — இது நாம் இன்று படிக்கக்கூடிய நினைவு. நீதி கதையில் மட்டும் நிற்கவில்லை; நிர்வாகத்திலும் பதிவாகியது. ஆனால் இந்தப் பழ ஆவணங்களையும் நூல்களையும் நூற்றாண்டுகளாக யார் காத்தார்கள், எப்படிப் புரிந்துகொண்டார்கள்? அதைப் பார்ப்போம்.”

இந்த அத்தியாயத்தின் சாரம்

— ஆட்சி விவரங்கள் கல்லிலும் செம்பிலும் நிரந்தரமாகப் பதிவாயின.

— ஊராட்சித் தேர்தலும் கணக்காய்வும் கல்வெட்டுகளில் ஆவணமாயின.

— இது இன்று படிக்கத்தக்க, பொறுப்புள்ள நிர்வாகத்தின் சான்று.

> **அடுத்த வளைவு** *பதிவுகள் கல்லில் நின்றன; ஆனால் பழ நூல்களை நூற்றாண்டுகளாக யார் காத்தார்கள்? உரை மரபை நோக்கி.*

அத்தியாயம் 8

உரை மரபு

அறிவின் காவலர்கள்

அறிவைத் தலைமுறைகள் வழியே காத்த மரபு

அத்தியாயம் 8 — உரை மரபு: அறிவின் காவலர்கள்

"பழ நூல்களை யார் காத்தார்கள்?" என்ற கேள்வி அறிவன் மனத்தில் நின்றது. பேராசிரியர் ஒரு பழைய பதிப்பை எடுத்து, அதன் ஒவ்வொரு பக்கத்திலும் மூலப் பாடலுக்குக் கீழே சிறிய எழுத்துகளில் இருந்த விளக்கங்களைச் சுட்டிக்காட்டினார்.

வாசன்: "பாடல் மட்டும் எஞ்சினால் போதாது, அறிவா. நூற்றாண்டுகள் கடந்தபின் அதன் பொருள் மறையக்கூடும். அந்தப் பொருளைக் காத்தவர்கள் உரையாசிரியர்கள் — அறிவின் காவலர்கள்."

மூலத்தை விளக்கிய மரபு

ஒரு மொழி உயிர்வாழ்வது வெறும் நூல்களால் அல்ல; அந்த நூல்களைப் புரிந்துகொள்ளும் தொடர்ச்சியால். பழந்தமிழ் நூல்களின் சொற்பொருள், இலக்கணம், பின்னணி — இவற்றை ஒவ்வொரு தலைமுறையும் அடுத்த தலைமுறைக்கு விளக்கி வழங்கியது. இந்த உரை மரபுதான் தொல்காப்பியத்தையும் சங்கப் பாடல்களையும் திருக்குறளையும் ஆயிரம் ஆண்டுகளுக்குப் பின்னும் படிக்கக்கூடியதாக வைத்தது. இது சமயப் பணி அல்ல — அறிவைக் காக்கும் கல்விப் பணி.

அட்டவணை 8.1:

முதன்மை உரையாசிரியர்களும் அவர்தம் பணியும்

உரையாசிரியர்	விளக்கிய நூல் / பகுதி
இளம்பூரணர் தொல்காப்பிய அறிஞர்; தெளிவான உரைநடைப் பாணி	தொல்காப்பியம் — முழு உரை
நச்சினார்க்கினியர் பன்முக அறிஞர்; சங்க இலக்கிய வல்லுநர்	தொல்காப்பியமும் சங்க நூல்களும்
சேனாவரையர் இலக்கண உரைநடைப் புலவர்; சொல்வியல் நிபுணர்	தொல்காப்பியம் — சொல்லதிகாரம்
பரிமேலழகர் மெய்ப்பொருள் விளக்கத்தில் சிறந்த செவ்வியல் உரையாசிரியர்	திருக்குறள் — செவ்வியல் உரை
அடியார்க்கு நல்லார் பெரும் பக்தி மிக்க அறிஞர்; இலக்கிய மரபை காத்தவர்	சிலப்பதிகாரம்

ஒவ்வொரு பெரு நூலுக்கும் ஒரு விளக்க மரபு —
பொருள் தொலையாமல் காக்கப்பட்டது.

உரையாசிரியர்கள் வெறும் சொற்பொருள் சொல்லவில்லை; மறைந்துபோன வழக்குகளையும் பின்னணிகளையும் மீட்டுத் தந்தனர். ஒரு பழைய சொல்லின் பொருள் காலப்போக்கில் மங்கும்போது, அதை அடுத்த தலைமுறைக்குத் தெளிவாக்கியது இவர்களின் பணி. இவ்வாறு மூலமும் அதன் பொருளும் சேர்ந்தே கடத்தப்பட்டன.

படம் 8.1

அறிவு கடத்தப்பட்ட சங்கிலி

மூல நூல்
பாடல் / குறள்

↓

முதல் உரை
சொற்பொருள் விளக்கம்

↓

தொடர் உரைகள்
பல் தலைமுறை விளக்கம்

↓

அச்சுப் பதிப்பு
தொகுப்பும் பதிப்பும்

↓

இன்றைய வாசகன்
நேரடி வாசிப்பு

மூலத்தில் தொடங்கி, இன்றைய வாசிப்பில் முடியும் –
அறிவு தொடர்கிறது, மரபு நிலைத்திருக்கிறது.

அறிவன்: "அப்படியானால், ஒரு நூல் எஞ்சுவது மட்டும் போதாது; அதைப் படிக்கும் திறனும் சேர்ந்தே கடத்தப்பட வேண்டும், இல்லையா?"

வாசன்: "சரியாகச் சொன்னாய். இந்த உரை மரபுதான் தமிழின் நினைவைத் தொடர்ச்சியாக வைத்தது. ஆனால் ஒரு மொழியே எப்படி இரண்டாயிரம் ஆண்டுகள் உயிர்வாழ்கிறது? அதன் பின்னால் ஒரு அறிவியல் இருக்கிறது. அதைப் பார்ப்போம்."

இந்த அத்தியாயத்தின் சாரம்

— உரையாசிரியர்கள் பழ நூல்களின் பொருளைத் தலைமுறைகள் வழியே காத்தனர்.

— இது சமயம் சாராத, அறிவைப் பேணும் கல்விப் பணி.

— மூலமும் அதன் பொருளும் சேர்ந்தே தொடர்ச்சியாகக் கடத்தப்பட்டன.

> **அடுத்த வளைவு** *நூல்கள் காக்கப்பட்டன; ஆனால் மொழியே எப்படி இரண்டாயிரம் ஆண்டுகள் உயிர்வாழ்ந்தது? மொழியின் அறிவியலை நோக்கி.*

அத்தியாயம் 9

அழியாத மொழி

மொழித் தொடர்ச்சியின் அறிவியல்

எழுத்து மாறும்; மொழி தொடரும்

அத்தியாயம் 9 — அழியாத மொழி: மொழித் தொடர்ச்சியின் அறிவியல்

“ஒரு மொழி எப்படி இரண்டாயிரம் ஆண்டுகள் உயிர்வாழ்கிறது?” — இந்தக் கேள்வி அறிவனை வெகுவாக ஈர்த்தது. பேராசிரியர் புன்னகைத்தார். “இது உணர்ச்சியின் கேள்வி அல்ல, அறிவா; இது அறிவியலின் கேள்வி. பதிலும் அறிவியலில்தான் இருக்கிறது.”

எழுத்து மாறும்; மொழி தொடரும்

பலரும் ஒரு தவறான முடிவுக்கு வருவர் — எழுத்து வடிவம் மாறிவிட்டால் மொழி அழிந்துவிட்டது என்று. ஆனால் எழுத்து என்பது மொழியின் ஆடை மட்டுமே; மொழி அல்ல. தமிழ் எழுத்து தமிழ்-பிராமியிலிருந்து வட்டெழுத்து வழியாக இன்றைய வடிவத்திற்கு மாறியிருக்கலாம்; ஆனால் அதன் அடிப்படைச் சொற்களும் இலக்கண அமைப்பும் தொடர்ந்தன. வடிவம் மாறியது; மொழி மாறவில்லை.

அட்டவணை 9.1

அடிப்படைச் சொற்களின் தொடர்ச்சி

சொல்	சங்க காலம்	இன்று
 நீர்	நீர்	நீர் / தண்ணீர்
 கண்	கண்	கண்
 அம்மா	அம்மா	அம்மா
 மீன்	மீன்	மீன்
 ஊர்	ஊர்	ஊர்

➤ அன்றாட வாழ்வின் அடிப்படைச் சொற்கள் இரண்டாயிரம் ஆண்டுகளாக ஏறக்குறைய மாறாமல் நிற்ககிறறன.

மொழியியலில் ஒரு அறியப்பட்ட உண்மை உண்டு — ஒரு மொழியின் அடிப்படைச் சொற்கள் (உறவுச் சொற்கள், உடல் உறுப்புகள், இயற்கை,

எண்கள்) மிக மெதுவாகவே மாறும். இந்த அடிப்படைச் சொற்களின் நிலைத்தன்மையே மொழித் தொடர்ச்சியின் அளவுகோல். தமிழில் இந்தச் சொற்கள் வியக்கத்தக்க அளவு நிலைத்திருப்பதே அதன் தொடர்ச்சிக்கான வலுவான சான்று.

தமிழ்-பிராமி பழந்தொன்மை	→	**வட்டெழுத்து** இடைக்காலம்	→	**இன்றைய தமிழ் எழுத்து** நவீனம்

படம் 9.1: எழுத்து வடிவத்தின் பரிணாமம்

➤ *எழுத்து வடிவம் மூன்று கட்டங்களாக மாறியது — ஆனால் மொழி அதே மொழியாகத் தொடர்ந்தது.*

இங்கே இரண்டையும் பிரித்துப் பார்ப்பது முக்கியம் — எழுத்தின் மாற்றம் வேறு; மொழியின் தொடர்ச்சி வேறு. தமிழின் சிறப்பு என்னவெனில், எழுத்து மாறிய பிறகும் அதன் பழ இலக்கியத்தைப் பெருமளவு நேரடியாகவே இன்றும் படிக்க முடிகிறது. இந்தத் தொடர்ச்சியை ஒரு சில அளவுகோல்களால் சரிபார்க்கலாம்.

- ✓ அடிப்படைச் சொற்கள் நிலைத்திருத்தல்
- ✓ இலக்கண அமைப்பின் தொடர்ச்சி
- ✓ பழ இலக்கியம் இன்றும் வாசிக்கத்தக்கது
- ✓ இன்றும் தாய்மொழியாகப் பேசப்படுதல்

படம் 9.2: மொழித் தொடர்ச்சியின் அளவுகோல்கள்

➤ *தொடர்ச்சிக்கான முக்கிய அளவுகோல்கள் அனைத்தையும் தமிழ் நிறைவு செய்கிறது.*

அறிவன்: "அப்படியானால், 'பழைய மொழி' என்பது வேறு; 'இன்றும் உயிருள்ள பழைய மொழி' என்பது வேறு — இல்லையா?"

வாசன்: "அதுதான் இந்நூலின் மையம், அறிவா. ஆனால் இந்தத் தொடர்ச்சி எளிதாக வந்துவிடவில்லை. அதன் மிகப்பெரிய சோதனை காலனிக் காலத்தில் வந்தது. அதைப் பார்ப்போம்."

இந்த அத்தியாயத்தின் சாரம்

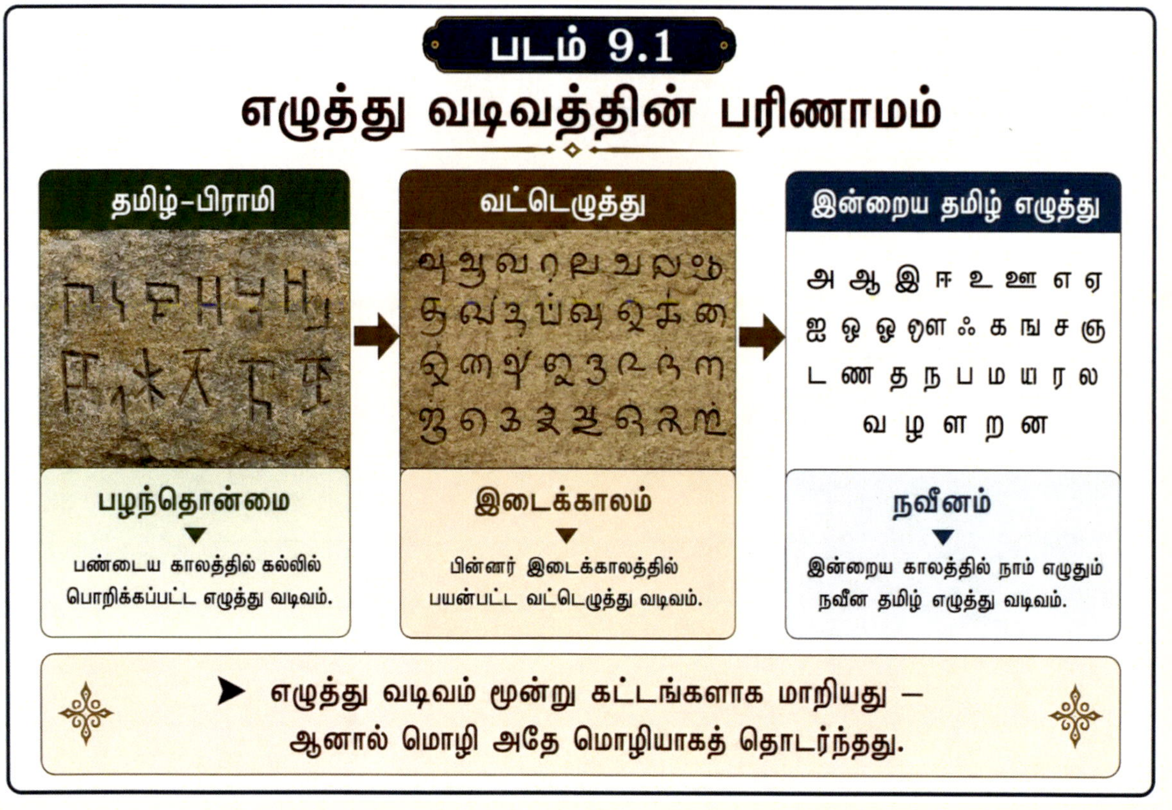

எழுத்து வடிவம் மாறினாலும் மொழி தொடரலாம் — இரண்டும் வேறு.

— அடிப்படைச் சொற்களின் நிலைத்தன்மையே தொடர்ச்சியின் அளவுகோல்.

— தமிழ் அந்த அளவுகோல்கள் அனைத்தையும் நிறைவு செய்கிறது.

அடுத்த வளைவு *தொடர்ச்சி நிலைத்தது; ஆனால் அதன் மிகப்பெரிய சோதனை — காலனி ஆட்சி — எப்படி எதிர்கொள்ளப்பட்டது? அடுத்து.*

அத்தியாயம் 10

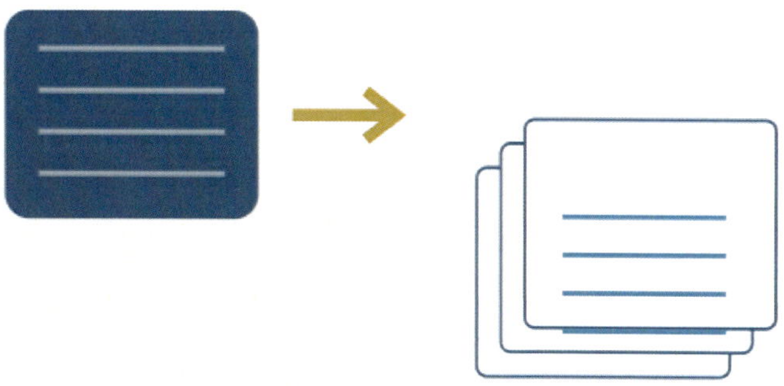

காலனியச் சவாலும் மீட்பும்

அழிவின் விளிம்பிலிருந்து அச்சு வழியே மீட்பு

அத்தியாயம் 10 — காலனியச் சவாலும் மீட்பும்

“தொடர்ச்சியின் மிகப்பெரிய சோதனை எது?” என்ற கேள்வியோடு பேராசிரியர் ஒரு உடைந்த ஓலைச்சுவடியைக் காட்டினார். அதன் ஓரங்கள் கறையேறி, சில இடங்களில் தூளாகிக் கொண்டிருந்தன.

வாசன்: “அறிவா, ஒரு மொழி அழிவது படையெடுப்பால் மட்டும் அல்ல; கவனிப்பின்மையாலும் அழியும். காலனிக் காலத்தில் தமிழ் இந்த இரண்டு அபாயங்களையும் சந்தித்தது.”

மங்கிய சுவடிகளும் மீட்ட கைகளும்

காலனி ஆட்சியின்போது ஆட்சி மொழியும் கல்வி மொழியும் மாறின; பழ நூல்கள் ஓலைச்சுவடிகளில் முடங்கி, பலவும் சிதைந்துகொண்டிருந்தன. ஒரு தலைமுறை இடைவெளி ஏற்பட்டிருந்தால் பல சங்க நூல்கள் என்றென்றும் தொலைந்திருக்கும். ஆனால் அந்த நெருக்கடியில் சிலர் முன்வந்தனர் — சிதறிக்கிடந்த சுவடிகளைத் தேடி, ஒப்பிட்டு, படித்து, அச்சில் கொண்டுவந்தனர்.

உ. வே. சாமிநாதையர், சி. வை. தாமோதரம் பிள்ளை போன்றோர் ஊர் ஊராகச் சென்று ஓலைச்சுவடிகளைச் சேகரித்தனர். மறைந்துகொண்டிருந்த சங்க நூல்களை மீட்டு, பதிப்பித்து, அச்சு வடிவில் நிலைநிறுத்தினர். அச்சு இயந்திரம் இங்கே ஒரு வரப்பிரசாதமாக மாறியது — ஒரு பிரதி அழிந்தாலும், ஆயிரம் பிரதிகள் எஞ்சும்.

அட்டவணை 10.1
மீட்பின் முக்கிய கட்டங்கள்

கட்டம்		நிகழ்வு
	சேகரிப்பு	ஊர்தோறும் ஒலைச்சுவடிகளைத் தேடிச் சேர்த்தல்
	ஒப்பாய்வு	பல பிரதிகளை ஒப்பிட்டுச் சரிபார்த்தல்
	பதிப்பு	குறிப்புகளுடன் தொகுத்து வெளியீடு
	அச்சு	ஆயிரக்கணக்கான பிரதிகளில் நிலைநிறுத்தல்

➤ தொலையும் நிலையிலிருந்து நூல்கள் சேகரிப்பு–பதிப்பு–அச்சு வழியே மீட்கப்பட்டன.

படம் 10.1
சுவடியிலிருந்து மீட்பு வரை

மங்கிய சுவடி

அழியும் நிலை

காலத்தின் தாக்கத்தில் மங்கியும் சேதமடைந்தும் இருக்கும் சுவடிகள்.

→

சேகரிப்பு

ஊர்தோறும் தேடல்

ஊர்தோறும் சென்று ஒலைச்சுவடிகளைத் தேடிச் சேகரித்தல்.

→

பதிப்பு

ஒப்பாய்வு + தொகுப்பு

பல பிரதிகளை ஒப்பிட்டு சரிபார்த்து, குறிப்புகளுடன் தொகுத்து தயாரித்தல்.

→

அச்சு மீட்பு

பல பிரதிகள்

அச்சில் வெளியிட்டு ஆயிரக்கணக்கான பிரதிகளில் நிலைநிறுத்தல்.

➤ அழிவின் விளிம்பிலிருந்து அச்சு வழியே மீட்கப்பட்ட தொடர்ச்சி.

அறிவன்: “அப்படியானால், காலனிக் காலம் அழிவின் காலம் மட்டும் அல்ல — மீட்பின் காலமும்தான், இல்லையா?”

வாசன்: “ஆம். நெருக்கடியில்தான் மீட்பும் பிறந்தது. அச்சு மொழியைப் புதிய தலைமுறைக்குக் கொண்டுசேர்த்தது. ஆனால் தமிழ் இங்கேயே நிற்கவில்லை — அது கடல் தாண்டியும் பரவியது. அதைப் பார்ப்போம்.”

இந்த அத்தியாயத்தின் சாரம்

— காலனிக் காலம் தமிழுக்கு அழிவின் அபாயத்தைக் கொண்டுவந்தது.

— சங்க நூல்கள் சேகரிக்கப்பட்டு, பதிப்பிக்கப்பட்டு, அச்சில் மீட்கப்பட்டன.

— அச்சு இயந்திரம் தொடர்ச்சியின் புதிய பாதுகாவலனாக மாறியது.

> **அடுத்த வளைவு** *மொழி அச்சில் மீண்டது; ஆனால் அது எல்லைக்குள் நின்றதா, கடல் தாண்டிப் பரந்ததா? அடுத்து.*

அத்தியாயம் 11

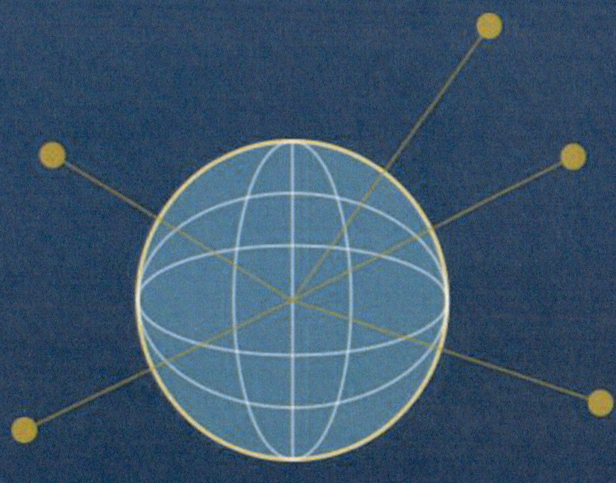

கடல் தாண்டிய தமிழ்

கடல் தாண்டியும் வாழும் உலகத் தமிழ்

அத்தியாயம் 11 — கடல் தாண்டிய தமிழ்

“தமிழ் எல்லைக்குள் நின்றதா?” என்ற கேள்வியோடு பேராசிரியர் ஒரு உலக வரைபடத்தை விரித்தார். பல கண்டங்களில் சிறு புள்ளிகள் — ஒவ்வொன்றும் தமிழ் வாழும் ஒரு இடம்.

வாசன்: “பார், அறிவா. காவிரி கடலில் கலந்ததுபோல், தமிழும் பல நாடுகளில் கலந்திருக்கிறது. ஆனால் கலந்தும் தன் தன்மையை இழக்கவில்லை.”

புதிய மண்ணில் வேரூன்றிய மொழி

தொழிலாலும் வாழ்வாதாரத்தாலும் தலைமுறைகளாகத் தமிழர் உலகின் பல பகுதிகளுக்குப் பயணித்தனர். அவர்கள் சென்ற இடங்களில் தமிழ் வெறும் நினைவாக நிற்கவில்லை — பேச்சாக, கல்வியாக, ஊடகமாக வாழ்ந்தது. சில நாடுகளில் இது அரசு அங்கீகாரம் பெற்ற மொழியாகவும் உள்ளது. இது புலம்பெயர்ந்த ஒரு சமூகத்தின் மொழி மட்டும் அல்ல; புதிய மண்ணில் வேரூன்றிய ஒரு வாழும் மொழி.

அட்டவணை 11.1

தமிழ் வாழும் சில பகுதிகள்

பகுதி		நிலை
	தமிழ்நாடு, புதுச்சேரி	தாய் மண்; ஆட்சி மொழி
	இலங்கை	அரசு அங்கீகாரம் பெற்ற மொழி
	சிங்கப்பூர்	அரசு அங்கீகாரம் பெற்ற மொழி
	மலேசியா	பெரும் தமிழ்ச் சமூகமும் கல்வியும்
	உலகெங்கும்	புலம்பெயர் சமூகங்களில் வழக்கில்

➤ **தாய் மண்ணிலிருந்து பல கண்டங்கள் வரை — தமிழ் வாழும் மொழியாகப் பரவியுள்ளது.**

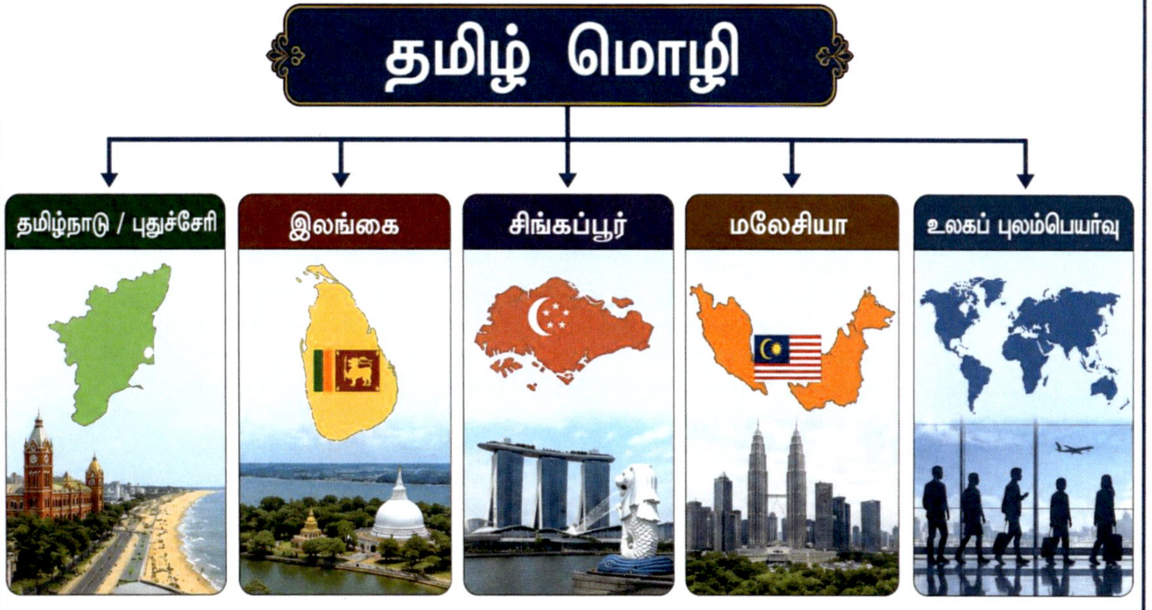

படம் 11.1: தமிழை மையமாகக் கொண்ட உலகப் பரவல்

➤ ஒரே மொழி, பல மண் — தமிழ் ஒரு உலகளாவிய வாழும் மொழி.

இருபத்தோராம் நூற்றாண்டில் தமிழ் இன்னொரு எல்லையையும் கடந்தது — மின்னியல் உலகம். யுனிகோடு தரநிலை வழியாகத் தமிழ் கணினியிலும் இணையத்திலும் இயல்பாக இடம்பெற்றது. பழ ஒலைச்சுவடியில் இருந்த அதே மொழி இன்று மின்னணுத் திரையிலும் தடையின்றி வழங்குகிறது. ஊடகம் மாறியது; மொழி தொடர்ந்தது.

அறிவன்: "ஓலையிலிருந்து திரைக்கு — ஊடகம் மாறியும் அதே மொழி தொடர்கிறது. இது வியப்பாக இருக்கிறது!"

வாசன்: "இதுவரை நாம் ஒரு நீண்ட பயணம் செய்தோம், அறிவா — இலக்கணம், இலக்கியம், வாணிபம், நீதி, நிர்வாகம், உரை மரபு, மொழித் தொடர்ச்சி, மீட்பு, பரவல். இனி ஒரே கேள்வி மீந்திருக்கிறது: இவை எல்லாம் சேர்ந்து எதைச் சொல்கின்றன? 'உலக நாகரிகம்' என்றால் என்ன?"

இந்த அத்தியாயத்தின் சாரம்

— தமிழ் புலம்பெயர் சமூகங்களில் வாழும் மொழியாகப் பரவியுள்ளது.

— சில நாடுகளில் அரசு அங்கீகாரம் பெற்ற மொழியாகவும் உள்ளது.

— யுனிகோடு வழியே தமிழ் மின்னியல் உலகிலும் இயல்பாகத் தொடர்கிறது.

> **அடுத்த வளைவு** *பயணம் முழுமை அடைகிறது; இனி அந்த ஒரே பெருங்கேள்வி — 'உலக நாகரிகம்' என்றால் என்ன? அடுத்து.*

அத்தியாயம் 12

உலக நாகரிகம் என்றால் என்ன?

ஆறு தூண்களில் நிற்கும் நீடித்த நாகரிகம்

அத்தியாயம் 12 — உலக நாகரிகம் என்றால் என்ன?

நீண்ட பயணத்தின் முடிவில், அறிவன் கடற்கரையில் மீண்டும் அமர்ந்தான். "'உலக நாகரிகம்' என்பதை எப்படி அளப்பது?" என்று கேட்டான். பேராசிரியர் அமைதியாகச் சொன்னார்: "படையெடுப்பாலோ கோபுரங்களாலோ அல்ல, அறிவா. சில தெளிவான அளவுகோல்களால்."

ஆறு தூண்கள்

ஒரு பண்பாட்டை 'உலக நாகரிகம்' என்று அழைப்பதற்கு உணர்ச்சி போதாது; அளவுகோல்கள் தேவை. இந்நூல் முழுவதும் நாம் கண்ட சான்றுகளை ஆறு தூண்களாகத் தொகுக்கலாம். ஒவ்வொரு தூணும் ஒரு அத்தியாயத்தின் சாராம்சம்.

படம் 12.1: உலக நாகரிகத்தின் ஆறு தூண்கள்

இந்த அளவுகோல்களை வைத்து உலகின் சில பெரும் பண்டைப் பண்பாடுகளை ஒப்பிட்டுப் பார்க்கலாம். இங்கே நோக்கம் எந்தப் பண்பாட்டையும் உயர்த்துவதோ தாழ்த்துவதோ அல்ல — ஒவ்வொன்றும்

தனக்கே உரிய பெருமை கொண்டது. நோக்கம் ஒன்றே: தமிழின் தனித்தன்மை எதில் உள்ளது என்பதை நேர்மையாகக் காண்பது.

அட்டவணை 12.1:

சில பண்டைப் பண்பாடுகள் — ஒரு நேர்மையான ஒப்பீடு

பண்பாடு	தொன்மை (ஏறத்தாழ்)	இன்று வாழும் தாய்மொழி?	செவ்வியல் நூல்கள் அதே மொழியில் இன்று வாசிக்கத்தக்கனவா?
 சுமேரியம்	கி.மு. ~3000	இல்லை	அறிஞர் மீட்டெடுப்பால் மட்டுமே
 பண்டை எகிப்து	கி.மு. ~3000	இல்லை (சமயப் பயன்பாடு)	மீட்டெடுக்கப்பட்டது
 கிரேக்கம்	கி.மு. ~800	ஆம் (வடிவ மாற்றத்துடன்)	பெருமளவு — மொழி வளர்ச்சியுடன்
 லத்தீன்	கி.மு. ~700	இல்லை (வழித்தோன்றல் மொழிகள்)	கற்ற மொழியாக மட்டும்
 தமிழ்	கி.மு. ஆரப்ப நூற்றாண்டுகள்	ஆம்	ஆம் — பெருமளவு நேரடியாக

➤ **தமிழின் தனித்தன்மை எந்த ஒரு புள்ளியிலும் அல்ல — ஆழ்ந்த தொன்மை, வாழும் பேச்சுமொழி, நேரடியாக வாசிக்கத்தக்க இலக்கியம் ஆகியவை இணைந்து வருவதிலேயே உள்ளது.**

இந்த ஒப்பீட்டில் ஒரு நுட்பம் உள்ளது. சில பண்பாடுகள் மிகத் தொன்மையானவை, ஆனால் அவற்றின் மொழி இன்று பேச்சுவழக்கில் இல்லை. சில மொழிகள் இன்றும் வாழ்கின்றன, ஆனால் அவற்றின் வடிவம் பெருமளவு மாறிவிட்டது. தமிழின் அபூர்வம் என்னவெனில் — அது மிகத் தொன்மையானது; இன்றும் கோடிக்கணக்கானோரின் தாய்மொழி; அதன் பழ இலக்கியத்தைப் பெருமளவு அதே மொழியில் இன்றும் படிக்க முடிகிறது. இந்தச் சேர்க்கைதான் அதன் தனிச்சிறப்பு.

படம் 12.2:
ஆறு தூண்களும் தமிழும்
1 ஆவணப்படுத்தப்பட்ட தொன்மை
இலக்கணம், இலக்கியம், கல்வெட்டு சான்றுகள் தமிழ் தொன்மையை ஆவணப்படுத்துகின்றன.
2 இன்றும் வாழும் பேச்சுமொழி
வணக்கம்!
எப்படி இருக்கீங்க?
நல்லா இருக்கேன்!
இன்றும் கோடிக்கணக்கான மக்கள் தாய்மொழியாகத் தமிழைப் பேசுகின்றனர்.
3 தொடர் இலக்கிய மரபு
தொல்காப்பியம்
சிலப்பதிகாரம்
மணிமேகலை
திருக்குறள்
பழந்தமிழ் இலக்கியங்கள் இன்றும் அதே மொழியில் வாசிக்கத்தக்கவையாக உள்ளன.
4 நிர்வாகப் பதிவு
ஆட்சியும் நீதியும் சமூக வாழ்வும் கல்வெட்டு, செப்பேடு, ஒலையில் பதிவாகி உள்ளன.
5 தகவமைப்புத் திறன்
தமிழ்
ஒலை
அச்சு
மின்னியல்
தக்கவைத்து
பரவல்
புதிய தொழில்நுட்பம்
என்றும் இணைப்பு
ஒலைச்சுவடியிலிருந்து அச்சு, அங்கிருந்து மின்னியல் உலகம் வரை தமிழ் தன்னைத் தகவமைத்து வளர்ந்தது.
6 உலகப் பரவல்
தமிழ் பல கண்டங்களிலும் புலம்பெயர் சமுகங்களில் வாழும் மொழியாகத் திகழ்கிறது.
ஆறு தூண்களிலும் தமிழ் சான்றோடு நிற்பதே ‘நீடித்து வாழும் நாகரிகம்’ என்னும் முடிவை வலுப்படுத்துகிறது.
தொன்மையில் தோன்றிய தமிழ் — தொடர்ச்சியில் திகழும் தமிழ் — உலகில் ஒளிரும் தமிழ்

அறிவன்: "அப்படியானால், 'உலக நாகரிகம்' என்பது மற்றவர்களைத் தாழ்த்துவதில் அல்ல; தன் தொடர்ச்சியை நேர்மையாகச் சான்றோடு நிறுவுவதில் இருக்கிறது, இல்லையா?"

வாசன்: "சரியாகச் சொன்னாய், அறிவா. பெருமை, மற்றவரை இழிவுபடுத்துவதில் அல்ல; உண்மையில் நிற்பதில். இனி நம் பயணத்தை முடிக்கலாம் — அந்த நதிக்கரைக்கே திரும்புவோம்."

இந்த அத்தியாயத்தின் சாரம்

— 'உலக நாகரிகம்' என்பதை ஆறு தெளிவான தூண்களால் அளக்கலாம்.

— தமிழின் தனித்தன்மை — தொன்மை, வாழும் மொழி, வாசிக்கத்தக்க இலக்கியம் இணைவதில்.

— இது மற்றவரை இழிவுபடுத்தாத, சான்று சார்ந்த நேர்மையான முடிவு.

> **அடுத்த வளைவு** *அளவுகோல்கள் பதிலைத் தந்தன; இனி பயணம் தொடங்கிய இடத்திற்கே — அந்த நதிக்கரைக்கே — திரும்புவோம்.*

அத்தியாயம் 13

வற்றாத நதி

நதி வற்றவில்லை; அது இன்னும்
ஓடிக்கொண்டிருக்கிறது

அத்தியாயம் 13 — வற்றாத நதி

பயணம் தொடங்கிய அதே நதிக்கரைக்கு அவர்கள் திரும்பினர். மாலை வெயில் காவிரியின் மேல் தங்கநிறம் பூசியிருந்தது. முதல் நாள் அறிவன் கேட்ட கேள்வி இப்போது வேறு எடையோடு ஒலித்தது — 'தமிழ் ஏன் ஒரு உலக நாகரிகம்?'

முதல் நாள் அவன் தேடியது பெருமையை. இன்று அவன் கையில் இருந்தது ஆதாரம். இலக்கணம், இலக்கியம், வாணிபம், நீதி, தொல்லியல் சான்று, நிர்வாகம், உரை மரபு, மொழித் தொடர்ச்சி, மீட்பு, உலகப் பரவல் — ஒவ்வொன்றும் ஒரு வளைவு; ஒவ்வொன்றும் ஒரு சான்று. அந்தச் சான்றுகள் சேர்ந்து ஒரே செய்தியைச் சொன்னன: இது வென்ற நாகரிகம் அல்ல — தொடர்ந்த நாகரிகம்.

வாசன்: "இந்த நதியைப் பார், அறிவா. சில காலம் வெள்ளமாக, சில காலம் மெலிந்து, பல வளைவுகளை எடுத்து ஓடுகிறது. அரசுகள் வந்தன, போயின; ஆனால் நதி தொடர்ந்தது. தமிழும் அப்படியே — சவால்களைச் சந்தித்தது, வடிவம் மாறியது, ஆனால் ஒருபோதும் வற்றவில்லை."

அறிவன் நீரைப் பார்த்தான். மேலே பிரிந்த அந்த இரண்டு சிற்றோடைகள் நினைவுக்கு வந்தன — அவை மீண்டும் ஒன்றுசேர்ந்திருந்தன. ஒரு மொழியும் அப்படியே; எத்தனை பிரிவுகள், எத்தனை வளைவுகள் வந்தாலும், அதன் அடித்தாரை — அதன் சொற்களும் சிந்தனையும் — தொடர்ந்து ஓடிக்கொண்டே இருந்தன.

அறிவன்: "ஆசிரியரே, இப்போது புரிகிறது. 'வற்றாத நதி' என்பது வெறும் உவமை அல்ல. ஒரு மொழி உயிரோடு இருப்பது அதன் வயதால் அல்ல; அதன் தொடர்ச்சியால். தமிழ் பழமையானது மட்டும் அல்ல — அது இன்றும் ஓடிக்கொண்டிருக்கிறது."

பேராசிரியர் புன்னகைத்தார். "இந்தக் கேள்வியை நீ இனி இன்னொருவருக்குச் சொல்லிக் கொடுப்பாய். அதுவே தொடர்ச்சி, அறிவா. நதி தன்னைத்தானே ஓடச் செய்வதில்லை; ஒவ்வொரு துளியும் அடுத்த துளிக்கு வழிவிடுகிறது. மொழியும் அப்படியே — ஒவ்வொரு தலைமுறையும் அடுத்த தலைமுறைக்கு."

சூரியன் கடலில் மூழ்கியது. நதி இருளிலும் ஓசையோடு ஓடிக்கொண்டிருந்தது — காண முடியாவிட்டாலும், நிற்காமல். அறிவன் எழுந்து நின்றான். அவன் கையில் இருந்த ஓலைச்சுவடி இனி வெறும் பழம்பொருள் அல்ல; அது ஒரு தொடர்ச்சியின் சாட்சி. அந்தத் தொடர்ச்சியை அடுத்தவருக்குக் கொண்டுசேர்ப்பது இனி அவன் பொறுப்பு.

> *நதி வற்றவில்லை; அது இன்னும் ஓடிக்கொண்டிருக்கிறது.*
> *மொழியும் அப்படியே — காலத்தின் வழியே, நிற்காமல்.*

பயணத்தின் சாரம்

— தமிழ் வென்றதால் அல்ல, தொடர்ந்ததால் ஒரு நீடித்த நாகரிகம்.

— தொன்மை, வாழும் மொழி, தொடர் இலக்கியம் இணைவதே அதன் தனிச்சிறப்பு.

— தொடர்ச்சி தானாக நிகழ்வதில்லை — ஒவ்வொரு தலைமுறையும் அதைக் கடத்துகிறது.

— நிறைவு —

மேலும் படிக்க — தேர்ந்தெடுத்த ஆதார நூல்கள்

I. முதன்மைத் தமிழ் இலக்கிய ஆதாரங்கள்

- தொல்காப்பியம் – இளம்பூரணர், நச்சினார்க்கினியர், சேனாவரையர், பேராசிரியர் ஆகியோரின் உரைகளுடன் கூடிய விமர்சனப் பதிப்புகள்.
- எட்டுத்தொகை
- அகநானூறு
- புறநானூறு
- குறுந்தொகை
- நற்றிணை
- ஐங்குறுநூறு
- கலித்தொகை
- பரிபாடல்
- பதிற்றுப்பத்து
- பத்துப்பாட்டு
- சிலப்பதிகாரம் – உரைகளுடனான விமர்சனப் பதிப்புகள்.
- மணிமேகலை
- திருக்குறள் – பரிமேலழகர் மற்றும் பிற பாரம்பரிய உரைகளுடன்.

II. தொல்லியல் மற்றும் தொடக்கத் தமிழக வரலாறு

- இந்தியத் தொல்லியல் ஆய்வு நிறுவனம் (Archaeological Survey of India – ASI). Annual Reports.
- ASI. Indian Archaeology – A Review (சமீபத்திய பதிப்புகள்).
- தமிழ்நாடு அரசுத் தொல்லியல் துறை வெளியிட்ட அகழாய்வு அறிக்கைகள்.
- K. Rajan – Archaeology of Tamil Nadu.
- K. Rajan – Early Historic Tamil Nadu.
- Rajan Gurukkal – Rethinking Classical Indo-Roman Trade.
- Gregory L. Possehl – The Indus Civilization.
- Bridget Allchin & Raymond Allchin – The Rise of Civilization in India and Pakistan.

III. கீழடி மற்றும் வைகை நாகரிக ஆய்வுகள்

- தமிழ்நாடு அரசுத் தொல்லியல் துறை வெளியிட்ட கீழடி அகழாய்வு அறிக்கைகள் (கட்டங்கள் I–IX மற்றும் 2026 வரை வெளியிடப்பட்ட அறிக்கைகள்).
- K. அமர்நாத் ராமகிருஷ்ணன் வெளியிட்ட ஆய்வுகள் மற்றும் அகழாய்வு அறிக்கைகள்.
- ASI வெளியிட்ட கீழடி தொடர்பான அறிக்கைகள்.
- AMS காலக்கணிப்பு, கார்பன்-14 காலக்கணிப்பு, தமிழ்-பிராமி, வைகை சமவெளி நாகரிகம், ஆரம்ப நகரமயமாக்கம், கைத்தொழில் வளர்ச்சி ஆகியவற்றைச் சார்ந்த 2019–2026 காலப்பகுதியில் வெளிவந்த மதிப்பாய்வு செய்யப்பட்ட (peer-reviewed) ஆய்வுக் கட்டுரைகள்.
- Recent Scientific Studies in Archaeology of Tamil Nadu (தமிழ்நாடு அரசுத் தொல்லியல் துறை, 2026).

IV. கல்வெட்டியல் மற்றும் தமிழ்-பிராமி

- இராவதம் மகாதேவன் – Early Tamil Epigraphy.
- இராவதம் மகாதேவன் – Corpus of Tamil-Brahmi Inscriptions.
- Richard Salomon – Indian Epigraphy.
- Y. Subbarayalu.
- Noboru Karashima.
- South Indian Inscriptions (ASI தொடர்).
- Epigraphia Indica.
- Annual Report on Indian Epigraphy.

V. தமிழ் மொழியியல்

- Robert Caldwell – A Comparative Grammar of the Dravidian or South-Indian Family of Languages.
- Bhadriraju Krishnamurti – The Dravidian Languages.
- Kamil V. Zvelebil
- The Smile of Murugan.
- Companion Studies to the History of Tamil Literature.
- Thomas Lehmann.
- Murray B. Emeneau.
- M. S. Andronov.

VI. தமிழ் இலக்கிய வரலாறு

- George L. Hart.
- Martha Ann Selby.
- Eva Wilden.
- Norman Cutler.
- François Gros.
- David Shulman.
- பயன்படுத்தப்பட்ட விமர்சனப் பதிப்புகள்:
- சங்க இலக்கியங்கள்
- தொல்காப்பியம்
- திருக்குறள்
- சிலப்பதிகாரம்
- மணிமேகலை

VII. கடல்சார் வாணிபம் மற்றும் இந்தியப் பெருங்கடல்

- Lionel Casson – The Periplus Maris Erythraei.
- E. H. Warmington – The Commerce Between the Roman Empire and India.
- Vimala Begley.
- Roberta Tomber – Indo-Roman Trade.
- Steven Sidebotham.
- Raoul McLaughlin.

VIII. இந்திய வரலாறு

- Upinder Singh – A History of Ancient and Early Medieval India.
- Romila Thapar.
- Burton Stein.
- Hermann Kulke.
- R. Champakalakshmi.
- K. A. Nilakanta Sastri.

IX. உலகப் பழம்பெரும் நாகரிகங்கள்

- Samuel Noah Kramer.
- Marc Van De Mieroop.
- Ian Shaw.
- Barry Kemp.
- Mario Liverani.

X. எழுத்து முறைகள்

- Peter T. Daniels & William Bright (தொகுப்பாசிரியர்கள்) – The World's Writing Systems.
- Richard Salomon – Indian Epigraphy.

XI. யுனெஸ்கோ வெளியீடுகள்

- UNESCO World Heritage Centre.
- UNESCO Intangible Cultural Heritage Programme.
- UNESCO Memory of the World Programme.

XII. மின்னணு ஆய்வு வளங்கள்

- Project Madurai.
- Roja Muthiah Research Library.
- Digital South Asia Library.
- Internet Archive.
- British Library – Asian & African Collections.

XIII. அருங்காட்சியகங்கள்

- சென்னை அரசு அருங்காட்சியகம்.
- இந்திய அருங்காட்சியகம், கொல்கத்தா.
- British Museum.
- Ashmolean Museum, Oxford.
- National Museum, New Delhi.

XIV. அறிவியல் காலக்கணிப்பு மற்றும் தொல்லியல் தொழில்நுட்பங்கள்

இந்த நூலில் கருத்தில் கொள்ளப்பட்ட முக்கிய அறிவியல் முறைகள்:
கார்பன்-14 (Radiocarbon) காலக்கணிப்பு
Accelerator Mass Spectrometry (AMS)
Thermoluminescence
Archaeobotany
Geoarchaeology
Stable Isotope Analysis

XV. ஆய்விதழ்கள்

Journal of Tamil Studies
Indian Historical Review
Man and Environment
Current Science
Antiquity
Asian Perspectives
Journal of Archaeological Science
Archaeometry
South Asian Studies
Bulletin of the School of Oriental and African Studies

XVI. இணையவழி அறிவியல் ஆதாரங்கள்

- இந்தியத் தொல்லியல் ஆய்வு நிறுவனம் (ASI)
- தமிழ்நாடு அரசுத் தொல்லியல் துறை
- UNESCO
- British Museum Collections Online
- Project Madurai
- Roja Muthiah Research Library
- Digital South Asia Library
- Internet Archive
- JSTOR
- Google Scholar
- CrossRef
- ORCID
- Academia.edu

இணைப்பு

அ. தமிழ் இலக்கியத்தின் மாபெரும் பாடல்கள்

1. புறநானூறு – 192

ஆசிரியர்

கணியன் பூங்குன்றனார்

யாதும் ஊரே; யாவரும் கேளிர்.

வரலாற்றுப் பின்னணி

இச்செய்யுள் சங்ககால உலகப் பார்வையை வெளிப்படுத்துகிறது. மனித சமூகம் இன, நாடு, மொழி போன்ற எல்லைகளால் பிரிக்கப்படாமல், ஒற்றுமையின் அடிப்படையில் பார்க்கப்பட வேண்டும் என்ற கருத்தை இரண்டாயிரம் ஆண்டுகளுக்கு முன்பே பதிவு செய்துள்ளது.

---

2. திருக்குறள் – கல்வி

ஆசிரியர்

திருவள்ளுவர்

கற்க கசடறக் கற்பவை...

வரலாற்றுப் பின்னணி

தமிழ் சமூகத்தில் கல்வி வெறும் அறிவைப் பெறும் செயலாக அல்லாமல் வாழ்க்கை முறையாகக் கருதப்பட்டதை இக்குறள் எடுத்துரைக்கிறது.

---

3. திருக்குறள் – அறிவு

எப்பொருள் எத்தன்மைத்தாயினும்...

வரலாற்றுப் பொருள்

அறிவியல் சிந்தனை, ஆதாரவாதம் மற்றும் பகுத்தறிவை வலியுறுத்தும் தமிழ் மரபின் சிறந்த எடுத்துக்காட்டு.

4. பட்டினப்பாலை

காவிரி புரக்கும் நாடு...

வரலாற்றுப் பின்னணி

காவிரிப்பூம்பட்டினம் இந்தியப் பெருங்கடல் வாணிபத்தின் முக்கிய துறைமுகமாக விளங்கியதற்கான இலக்கியச் சான்று.

---

5. மதுரைக்காஞ்சி

மூலத் தமிழ் (சுருக்கமான மேற்கோள்)

மாடம் பல சூழ்ந்த மதுரை...

வரலாற்றுப் பின்னணி

சங்ககால நகரமயமாதலின் மிகச் சிறந்த இலக்கிய விளக்கம்.

---

6. சிலப்பதிகாரம்

அரசியல் பிழைத்தோர்க்கு அறம் கூற்று ஆவது.

வரலாற்றுப் பின்னணி

அரசனும் சட்டத்திற்கு மேலானவன் அல்ல என்ற கருத்தை வலியுறுத்தும் இந்திய இலக்கியத்தின் முக்கியமான உரைகளில் ஒன்று.

---

7. மணிமேகலை

பசியும் பிணியும் பகையும் நீங்கி...

மணிமேகலை சமூகவியல், கருணை, சமத்துவம் ஆகியவற்றை மையமாகக் கொண்ட தமிழின் முக்கியக் காவியங்களில் ஒன்று.

---

8. அகநானூறு

யாயும் ஞாயும் யாராகியரோ...

அகநானூறு மனித உணர்வுகளின் நுட்பத்தையும் இயற்கைச் சூழலுடனான தொடர்பையும் பதிவு செய்கிறது.

---

9. பரிபாடல்

வையை...

வரலாற்றுப் பின்னணி

பரிபாடல் சங்க இலக்கியத்தின் தனித்துவமான தொகுப்பாகும். வைகை ஆறு, மதுரை நகரம், இயற்கை, இசை, விழாக்கள் மற்றும் மக்களின் வாழ்க்கை ஆகியவற்றை உயிரோட்டமாகச் சித்தரிக்கிறது.

---

10. தொல்காப்பியம்

நூல்

பொருளதிகாரம்

அகம் – புறம்

வரலாற்றுப் பின்னணி

மனித வாழ்க்கையை இயற்கை, சமூகம், அரசியல், காதல், போர் ஆகிய பரிமாணங்களின் அடிப்படையில் வகைப்படுத்திய உலகின் மிகப் பழமையான இலக்கண-சமூகவியல் நூல்களில் ஒன்று.

ஆ. தமிழ்-பிராமி கல்வெட்டுகள்

1. மாங்குளம் கல்வெட்டுகள்

இடம்

மாங்குளம், மதுரை மாவட்டம்

காலம்

கி.மு. 2ஆம் நூற்றாண்டு
எழுத்து

தமிழ்-பிராமி
வரலாற்றுப் பின்னணி

மாங்குளம் கல்வெட்டுகள், தமிழ்நாட்டில் கண்டுபிடிக்கப்பட்ட மிகப் பழமையான தமிழ்-பிராமி கல்வெட்டுகளில் ஒன்றாகும். இவை பாண்டிய அரசரின் நிர்வாகத்துடன் தொடர்புடைய நபர்களைப் பற்றிய தகவல்களை வழங்குகின்றன.

---

2. ஜம்பை கல்வெட்டு

இடம்

ஜம்பை, திருவண்ணாமலை மாவட்டம்

காலம்

கி.மு. 1ஆம் நூற்றாண்டு
வரலாற்றுப் பின்னணி

இக்கல்வெட்டில் இடம்பெறும் "சதியபுதோ அதியன் நெடுமான் அஞ்சி" என்ற குறிப்பு, அசோகர் கல்வெட்டுகளில் குறிப்பிடப்படும் Satyaputo என்பவருடன் தொடர்புபடுத்தப்படுகிறது

---

3. புகலூர் கல்வெட்டு

இடம்

கரூர் மாவட்டம்

காலம்

கி.பி. 1–2ஆம் நூற்றாண்டு
தொடர்புடைய அரசு

சேரர்
வரலாற்றுப் பின்னணி

---

4. அறித்தாப்பட்டி கல்வெட்டுகள்

இடம்

மதுரை மாவட்டம்

காலம்

கி.மு. 2–1ஆம் நூற்றாண்டு
முக்கியத்துவம்

- சமணத் துறவிகள் வாழ்ந்த குகைகள்
- தமிழ்-பிராமி எழுத்தின் பரவல்
- கல்வி மற்றும் துறவற மரபு

---

5. அழகர்மலை கல்வெட்டுகள்

இடம்

மதுரை

சிறப்புகள்

- *தானம்*
- *குகைத் துறவிகள்*
- *சமண மரபு*

ஆய்வுக் குறிப்பு

சங்க காலத்தில் கல்வி மற்றும் சமண மரபு ஒன்றோடொன்று தொடர்புடையதாக இருந்ததைக் காட்டுகின்றன.

---

6. திருப்பரங்குன்றம் கல்வெட்டுகள்

காலம்

கி.மு. 2–1ஆம் நூற்றாண்டு
முக்கியத்துவம்

தமிழ்-பிராமி எழுத்து தென் தமிழகம் முழுவதும் பரவியிருந்ததை உறுதிப்படுத்துகிறது.

---

7. கொடுமணல் கல்வெட்டுகள்

இடம்

ஈரோடு மாவட்டம்

தொல்லியல்

இரும்புத் தொழில்
மணி உற்பத்தி
சர்வதேச வாணிபம்

கல்வெட்டு முக்கியத்துவம்

உற்பத்தி மற்றும் வணிகம் வளர்ந்த தொழில்மயமான நகரமாக கொடுமணல் விளங்கியதை காட்டுகிறது.

---

8. கீழடி தமிழ்-பிராமி எழுத்துப் பானைகள்

இடம்

கீழடி

காலம்

சுமார் கி.மு. 6–3ஆம் நூற்றாண்டு (பல்வேறு ஆய்வுகள் மற்றும் காலக்கணிப்புகள் அடிப்படையில்)

கண்டுபிடிப்புகள்

- *பெயர் பொறிக்கப்பட்ட பானைகள்*
- *தமிழ்-பிராமி எழுத்துக்கள்*
- *பொதுமக்களின் எழுத்தறிவு*

---

9. புலிமான்கோம்பை நடுகல்

முக்கியத்துவம்

தமிழகத்தில் வீரர்களை நினைவுகூரும் நடுகல் மரபின் தொன்மையை வெளிப்படுத்துகிறது.

---

10. பொருந்தல் கல்வெட்டுகள்

இடம்

திண்டுக்கல் மாவட்டம்

தொல்லியல் முக்கியத்துவம்

நெல் தானியங்கள்
காலக்கணிப்பு
தமிழ் எழுத்து

வரலாற்று மதிப்பு

தமிழகத்தில் வேளாண்மை, எழுத்தறிவு, குடியிருப்பு ஆகியவை இணைந்து வளர்ந்திருந்ததை காட்டுகிறது.

இ.தமிழ்-பிராமி எழுத்தின் வளர்ச்சி

காலம்	எழுத்து வளர்ச்சி	
கி.மு. 3ஆம் நூற்றாண்டு	**தமிழ்-பிராமி ஆரம்ப வடிவம்** தமிழுக்காக உருமாற்றம் செய்யப்பட்ட பிராமி எழுத்தின் ஆரம்ப வடிவம்.	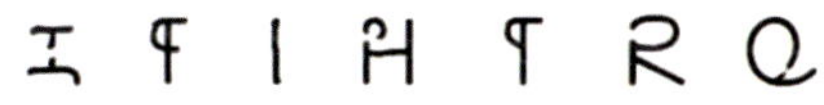 தமிழ்-பிராமி (ஆரம்ப வடிவம்)
கி.மு. 2–1ஆம் நூற்றாண்டு	**பரவலான பயன்பாடு** தமிழகத்தின் பல பகுதிகளில் கல்வெட்டுகள், நாணயங்கள், பானைகள் முதலியவற்றில் பரவலாக பயன்பட்டது.	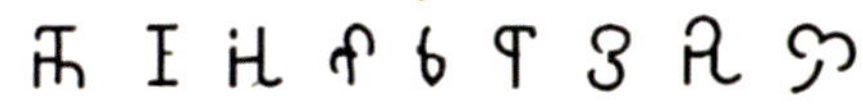 தமிழ்-பிராமி (பரவலான பயன்பாடு)
கி.பி. 3–5ஆம் நூற்றாண்டு	**வட்டெழுத்திற்கு மாறுதல்** எழுத்து வடிவம் வட்டமான (வளைந்த) வடிவங்களாக மாறத் தொடங்கியது.	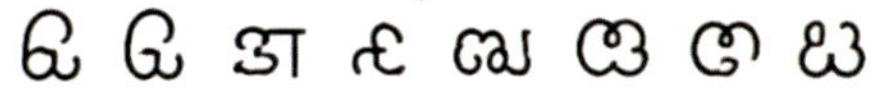 வட்டெழுத்து
கி.பி. 6–8ஆம் நூற்றாண்டு	**பல்லவர் கால எழுத்து வளர்ச்சி** பல்லவர் காலத்தில் எழுத்து வடிவங்கள் மேலும் ஒழுங்குபெற்று, பின்னர் தமிழ் எழுத்திற்கு வழிவகுத்தது.	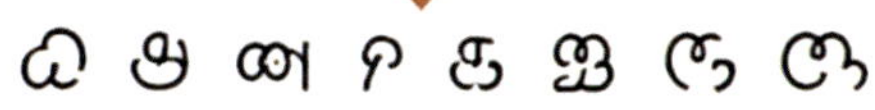 பல்லவர் கால எழுத்து
கி.பி. 9ஆம் நூற்றாண்டுக்குப் பின்	**நவீன தமிழ் எழுத்தின் அடித்தளம்** இது பின்னர் சோழர் காலத்தில் மேலும் முறையாக்கப்பட்டு, இன்றைய நவீன தமிழ் எழுத்தின் வடிவத்தை உருவாக்கியது.	அ ஆ இ ஈ உ ஊ எ ஏ ஐ ஒ ஓ ஔ க ங ச ஞ ட ண நவீன தமிழ் எழுத்து

ஈ.தமிழ் இலக்கியங்களின் காலவரிசை

காலம்*	இலக்கியம்	வகை	வரலாற்றுப் பின்னணி
கி.மு. 5–3ஆம் நூற்றாண்டு (விவாதத்திற்குட்பட்டது)	தொல்காப்பியம்	இலக்கணம்	மொழி, சமூகம், பண்பாடு
கி.மு. 3 – கி.பி. 3	எட்டுத்தொகை	சங்கப் பாடல்கள்	காதல், போர், சமூகம்
கி.மு. 3 – கி.பி. 3	பத்துப்பாட்டு	நீண்ட பாடல்கள்	அரசியல், வாணிபம்
கி.மு. 1 – கி.பி. 5 (கருத்து வேறுபாடுகள் உள்ளன)	திருக்குறள்	அறநூல்	ஒழுக்கம், நல்லாட்சி
கி.பி. 2–5 (விவாதத்திற்குட்பட்டது)	சிலப்பதிகாரம்	காப்பியம்	நீதி, நகர வாழ்க்கை
கி.பி. 3–6 (விவாதத்திற்குட்பட்டது)	மணிமேகலை	காப்பியம்	கருணை, சமூக சிந்தனை
கி.பி. 5–7	பதினெண்கீழ்க்கணக்கு	அறநூல்கள்	ஒழுக்கம், கல்வி
கி.பி. 6–9	தேவாரம்	பக்தி	சைவ மறுமலர்ச்சி
கி.பி. 7–9	நாலாயிரத் திவ்வியப் பிரபந்தம்	பக்தி	வைணவ மரபு
கி.பி. 12	கம்பராமாயணம்	காப்பியம்	இராமாயணத்தின் தமிழ் வடிவம்
கி.பி. 12	பெரியபுராணம்	சமய வரலாறு	நாயன்மார் வரலாறு
கி.பி. 16–18	பல்வேறு இலக்கியங்கள்	பக்தி, இலக்கணம்	நாயக்கர் காலம்
கி.பி. 19–20	பாரதி, பாரதிதாசன்	நவீன இலக்கியம்	தேசியம், சமூக மாற்றம்

* காலக் கணிப்பில் கருத்து வேறுபாடுகள் உள்ளன.

www.ingramcontent.com/pod-product-compliance
Lightning Source LLC
LaVergne TN
LVRC080247220926
848482LV00042B/348

* 9 7 9 8 9 0 5 0 4 7 6 6 4 *